AF518914

ഗ്രീൻ ബുക്സ്

101 കുസൃതിക്കണക്കുകൾ

ടി.കെ. കൊച്ചുനാരായണൻ

കഥാകൃത്ത്, ശാസ്ത്രസാഹിത്യ പ്രവർത്തകൻ.
1945ൽ പാലക്കാട് ജില്ലയിലെ ഒറ്റപ്പാലത്ത് ജനനം.
കേരള ശാസ്ത്ര സാഹിത്യ പരിഷത്ത് അംഗം,
സംസ്ഥാന ഭാഷാ ഇൻസ്റ്റിറ്റ്യൂട്ട് ഡയറക്ടർ ബോർഡ് അംഗം,
സി-ഡിറ്റിൽ ചീഫ് പ്രൊഡ്യൂസർ തുടങ്ങി വിവിധ
മേഖലകളിൽ സേവനമനുഷ്ഠിച്ചു. ശാസ്ത്രവിഷയങ്ങളുമായി
ബന്ധപ്പെട്ട് നിരവധി ടി.വി., റേഡിയോ പരിപാടികൾ
തയ്യാറാക്കി. ഗണിതശാസ്ത്രത്തിൽ പ്രത്യേക വൈദഗ്ദ്ധ്യം.
കൃതികൾ: *കണക്ക് എരിവും പുളിയും, ചീരാപ്പ് കഥകൾ,*
ഉയരങ്ങളിലെ നോക്കുകുത്തി. കൂടാതെ ഇരുപതിലേറെ
ശാസ്ത്ര പുസ്തകങ്ങളും രചിച്ചിട്ടുണ്ട്.

വിലാസം: *വൈശാഖം, സെന്റ് മേരീസ് ലെയിൻ,*
പട്ടം, തിരുവനന്തപുരം.

101 കുസൃതിക്കണക്കുകൾ

ടി.കെ. കൊച്ചുനാരായണൻ

ഗ്രീൻ ബുക്സ്

green books private limited
gb building, civil lane road, ayyanthole,
thrissur- 680 003, kerala, ph: +91 487-2381066, 2381039
website: www.greenbooksindia.com
e-mail: info@greenbooksindia.com

malayalam
101 kusruthikkanakkukal
children's mathematics
by
t.k. kochunarayanan

first green books edition september 2009
reprinted june 2019

cover design : rajesh chalode

branches:
thrissur 0487-2422515
thiruvananthapuram 0471-2335301
calicut 0495 4854662

isbn : 978-81-8423-157-1

₹ 120.00
GBPL/301/2009/X003

ചോദ്യം
1 - 101

1. ഇരുപത് കിട്ടുമോ?

ഉണ്ണ്യേട്ടൻ ഒരു ദിവസം ഇങ്ങനെ ചോദിച്ചു:

“രാമു! നിനക്ക് കൂട്ടുവാൻ അറിയാമോ?”

“പിന്നെന്താ. ഞാൻ പത്തിലേക്കായില്ലേ. ഏട്ടൻ കളിയാക്കാണോ?”

രാമൂന് ചോദ്യം അത്ര പിടിച്ചില്ല. അതുകൊണ്ട് അവന്റെ ഉത്തരത്തിനും അൽപം ഗൗരവം ഉണ്ടായി.

“എന്നാൽ ഇതു നോക്കിക്കോ”

എന്നും പറഞ്ഞ് ഉണ്ണ്യേട്ടൻ ഒരു കടലാസിൽ മൂന്നു സംഖ്യകൾ എഴുതിക്കൂട്ടി. ഓരോ സംഖ്യയും മൂന്നക്കസംഖ്യ ആയിരുന്നു. ഇതാ ഇപ്രകാരം:-

$$\begin{array}{r} 111\,+ \\ 777 \\ \underline{999} \\ \underline{1887} \end{array}$$

ഇതാണോ ഏട്ടന്റെ കണക്ക്. ആർക്കാ ഇതറിഞ്ഞുകൂടാത്തത്? രാമു ഏട്ടനെ ഒന്നു ചൊടിപ്പിക്കുവാൻ തന്നെ തീരുമാനിച്ചു. ഉണ്ണ്യേട്ടനും വിട്ടില്ല.

ശരി. ഇതിൽ നിന്ന് ആറക്കങ്ങൾ എടുത്തു മാറ്റി അതിനുപകരം പുതിയ ആറക്കങ്ങൾ അതാതിന്റെ സ്ഥാനത്ത് എഴുതിയശേഷം കൂട്ടുക. ഒരു നിബന്ധന കൂടിയുണ്ട്. പകരം എഴുതുന്ന പുതിയ അക്കങ്ങൾ എല്ലാം ഒന്നു തന്നെ (1 അല്ല) ആകുകയും വേണം: അന്നേരം കൂട്ടിക്കിട്ടിയ തുക 20 ആകും

ഏതെല്ലാം 6 അക്കങ്ങൾ മാറ്റണം? പകരം ഏതക്കം എഴുതി കൂട്ടണം? രാമു ആലോചിച്ചു. സംഗതി വിചാരിച്ച അത്ര എളുപ്പമല്ല. ഏട്ടന്റെ മുന്നിൽ ചമ്മുമോ? എങ്കിൽ അതൊരു വലിയ ക്ഷീണവും ആകും. പിന്നത്തെ കാര്യം പറയുകയും വേണ്ട. മൂക്ക് കീഴ്പോട്ടായ എല്ലാവരോടും ഉണ്ണ്യേട്ടൻ ഇക്കാര്യം എഴുന്നള്ളിച്ച് തന്നെ നാറ്റിക്കും. അങ്ങിനെ തലപുകഞ്ഞ് ആലോചിച്ചപ്പോൾ അവനു തന്നെ വിശ്വസിക്കാനാവാതെ, പൊടുന്നനെ ശരി ഉത്തരം കിട്ടി. ഏതായിരിക്കാം ആ ഉത്തരം.

2. ഉത്തരം 100 കിട്ടണം

നാം സാധാരണഉപയോഗിക്കുന്ന ഗണിതക്രിയാ ചിഹ്നങ്ങളാണല്ലോ +, -, x, ÷ എന്നിവ. ഇതിൽ + എന്നതുമാത്രം ഉപയോഗിച്ച് ചെയ്യേണ്ട ഒരു പ്രശ്നമാണിത്.

1 മതുൽ 9 വരെയുള്ള അക്കങ്ങൾ മുഴുവൻ(ഒരക്കം ഒരിക്കൽ മാത്രം) ഉപയോഗിച്ച്, + എന്ന സങ്കലനക്രിയാചിഹ്നത്തിന്റെ സഹായത്തോടെ 100 എഴുതാമോ?

+ ചിഹ്നനം എവിടെ വേണമെങ്കിലും ഉപയോഗിക്കാം.അക്കങ്ങൾ ഏതുക്രമത്തിലും എഴുതാം.

എന്താണ് പോംവഴി?

3. ഒമ്പതും നൂറും

ഇപ്പോഴും ഉത്തരം കിട്ടേണ്ടത് 100 തന്നെ. പക്ഷേ ചോദ്യത്തിൽ ചെറിയ ഒരു മാറ്റം മാത്രം. അതെന്താണെന്നോ?

4 തവണ 9 എന്ന അക്കം എഴുതി 100 എഴുതാമോ അഥവാ ഉണ്ടാക്കാമോ?

+, - തുടങ്ങിയ ചിഹ്നങ്ങൾ ഒന്നും ഉപയോഗിക്കുവാനും പാടില്ല.

ഈ കണക്കു ചെയ്തു കഴിഞ്ഞാൽ, മറ്റൊരെണ്ണം - ഏതാണ്ടിതേമാതിരിയുള്ളതുതന്നെ.

ചോദ്യത്തിൽ ഒരു ചെറിയ പരിഷ്കാരം ഉണ്ട് എന്നുമാത്രം. ഇതാ നോക്കൂ.

6 തവണ 9 എന്ന അക്കം എഴുതി 100 എഴുതാമോ?

മറ്റു വ്യവസ്ഥകളിലൊന്നും മാറ്റമില്ല.

ശ്രമിച്ചുനോക്കൂ.

4. രണ്ടും ഏഴും

യഥാർഥ പ്രശ്നത്തിലേക്ക് കടക്കും മുമ്പ് രണ്ടിനെപ്പറ്റി രണ്ടു വാക്ക്.

പരസ്പരം കൂട്ടിയാലും ഗുണിച്ചാലും ഒരേ ഒരു ഉത്തരം ലഭിക്കുന്ന പൂജ്യമല്ലാത്ത ഏക സംഖ്യ 2 ആണ്. എന്തെന്നാൽ

$2 + 2 = 4$ $\qquad$ $0 + 0 = 0$

$2 \times 2 = 4$ $\qquad$ $0 \times 0 = 0$

അഭാജ്യ (prime) സംഖ്യാശ്രേണിയിലെ ആദ്യ അംഗമാണ് 2. ഏക ഇരട്ട അഭാജ്യ സംഖ്യയും 2 തന്നെ. തൽക്കാലം ഇത്രമാത്രം. ഇനി നമ്മുടെ കുസൃതിക്കണക്ക് എന്തെന്നു നോക്കാം. 2 എന്ന സംഖ്യ 5 തവണ ഉപയോഗിച്ച് 7 കിട്ടുന്നത് എങ്ങനെ? +, -, x, ÷ എന്നീ ക്രിയകൾ വേണമെങ്കിൽ ഉപയോഗിക്കാം. ഇങ്ങനെ ഒരു തവണ 7 കിട്ടി എന്നിരിക്കട്ടെ. മറ്റു രീതികൾ സാധ്യമാണോ?

5. ജന്മദിനപ്രശ്നം

ക്ലാസ് മാഷ് ആകയാൽ രാമകൃഷ്ണൻ നായർ അന്ന് കുട്ടികൾക്കെല്ലാം മിഠായി കൊടുത്തു. പാക്കറ്റിൽ കുറച്ചെണ്ണം ബാക്കിയും ഉണ്ട്. കുട്ടികളും മാഷും മിഠായി നുണഞ്ഞുകൊണ്ടിരിക്കുമ്പോൾ, എന്തിനായിരുന്നു ഈ മിഠായി വിതരണം എന്ന് പലർക്കും സംശയം.

അന്നേരം മാഷ് ഇങ്ങനെ പറഞ്ഞു:

ഇന്നെന്റെ 31-ാമത് പിറന്നാൾ ആണ്. 5 വർഷമായി ഞാൻ ഈ സ്കൂളിൽ പഠിപ്പിക്കുന്നു. ഇതെന്റെ 3-ാമത്തെ ജോലിയും ആണ്. മാഷ് ഏതോ ഗണിത പസിലിന് തിരി കൊളുത്തുകയാണ് എന്ന് കുട്ടകൾക്ക് മനസ്സിലായി. എല്ലാവരും ഉഷാറായി. വീട്ടിൽ ചെന്ന് ഏട്ടന്റെ മുമ്പിൽ ആളാവാൻ ഒരെണ്ണം കൂടി കിട്ടുമല്ലോ എന്ന ചിന്തയിൽ ആണ് രാമനാരായണൻ. മാസ്റ്റർ തുടർന്നു:

“എന്റെ കഥ പോകട്ടെ. ഇവിടെ 3, 5, 31 എന്നീ സംഖ്യകൾ നിങ്ങൾ കേട്ടില്ലേ. ഇനിയാണ് നമ്മുടെ തമാശ ചോദ്യം. 3 എന്ന സംഖ്യ 5 തവണ ഉപയോഗിച്ച് 31 കിട്ടുന്ന ഒരു വഴി എനിക്കറിയാം. പിന്നെയും വഴികൾ ഉണ്ടാകാം എന്നാണ് തോന്നൽ. പക്ഷേ അത് ഞാൻ ചെയ്തുനോക്കിയിട്ടില്ല. 5 മിനിട്ടു സമയം തരാം. മുകളിലെ ഗണിത തമാശ ആർക്കൊക്കെ ശരിക്കു ചെയ്യുവാൻ പറ്റും?”

ശരിയാകുന്നവർക്കൊക്കെ ബാക്കിയുള്ളതിൽ നിന്ന് ഓരോ മിഠായികൂടി.

കൃത്യം 10 പേർ ‘ദാ’ എന്നു പറയും മുമ്പ് ശരിയുത്തരം നോട്ടുബുക്കിൽ

കുറിച്ചിട്ട് മാഷിന് കാണിച്ചുകൊടുത്തു. എല്ലാം ഒരേ ഉത്തരങ്ങൾ. അവർക്കൊക്കെ മിഠായിയും കിട്ടി. ഏതാവാം 3 എന്ന സംഖ്യ 5 തവണ ഉപയോഗിച്ച് 31 കിട്ടുന്ന ഈ ഉത്തരങ്ങൾ?

6 ഏഴും നൂറും

"പാലും നൂറും കൊടുക്കുക എന്നൊക്കെ കേട്ടിട്ടില്ലേ - പഴയ ചില വിശ്വാസപ്രമാണങ്ങൾ പ്രകാരം?" എന്ന ആമുഖവുമായിട്ടാണ് അന്ന് കണക്കുമാഷ് ക്ലാസ് തുടങ്ങിയത്. മാഷ് നല്ല മൂഡിലായാൽ അങ്ങിനെയാണ്. അന്ന് കണക്കിൽ നിന്ന് രസമുള്ള ഒട്ടേറെ കാര്യങ്ങൾ പറഞ്ഞു തരും. അതുപോലെയാകും ഇന്നും എന്ന് കുട്ടികൾ ഉറച്ചു. അവർക്ക് തെറ്റുപറ്റിയതും ഇല്ല. മാഷ് ഇങ്ങനെ ബോർഡിൽ എഴുതിയിട്ടു:-

$$(5+5) \times (5+5) = 100$$

$$99\,{}^{9}\!/_{9} = 100$$

ഇതിൽ എന്ത് രസികത്തം എന്നു തോന്നി ചിലർക്ക്. അന്നേരംമാഷ് വാചാലനായി:-

"4 അഞ്ചുകൾ കൊണ്ടും 4 ഒമ്പതുകൾ കൊണ്ടും 100 ഉണ്ടാക്കിയത് കണ്ടില്ലേ? ഇനി നമ്മുടെ ചോദ്യം. 4 ഏഴുകൾ കൊണ്ട് 100 ഉണ്ടാക്കാമോ?"

പലരും നോട്ട് പുസ്തകത്തിൽ കുത്തിക്കുറിക്കുവാൻ തുടങ്ങി. ഉത്തരം കിട്ടുന്ന ലക്ഷണം കുട്ടികളുടെ മുഖത്തു കാണുവാനില്ല. അന്നേരം മാഷ് ഇത്രയും കൂടി പറഞ്ഞു:-

"നോക്കൂ. ഒരു നിബന്ധനയും ഈ കണക്കിലില്ല. ഉദാഹരണത്തിന് + മാത്രമേ ഉപയോഗികാവൂ, ഭിന്നിതം എന്ന ആശയം തൊടരുത്, എന്നൊന്നും പറഞ്ഞിട്ടില്ല. അന്നേരം നമുക്കറിയാവുന്ന ഏതു തത്വവും ഉപയോഗിക്കാം എന്നർഥം. ഒരു സൂചന കൂടി തരാം. ദശാംശ തത്വം പ്രയോഗിച്ചുനോക്കൂ." 'അൽപസമയം' അതാ പലർക്കും ഉത്തരം കിട്ടിയിരിക്കുന്നു.

ഏതാണീ നിർധാരണം?

7. പഞ്ചസാരയും വർഗവും

കണക്കുകളുടെ കാര്യത്തിൽ നമ്മുടെ കച്ചവടക്കാരൻ മിടുമിടുക്കനാണ്. അക്കാദമിക് സർട്ടിഫിക്കറ്റുകൾ ഇല്ലെങ്കിലും, അതുള്ള പലരേക്കാളും ഭേദമാണ് നമ്മുടെ കക്ഷി.

ഒരു ദിവസം 2 കിലോ പഞ്ചസാര വാങ്ങിക്കുവാൻ ചെന്ന ആൾ, വന്നകാര്യം പറയാതെ കടക്കാരനോട് ഒരു ചോദ്യം.

‘‘കൈവശം എത്ര ചാക്ക് പഞ്ചസാര ഉണ്ട്?”

കടക്കാരൻ ഒട്ടും ഇളകാതെ, കടലിന്റെ ശാന്തത എന്നൊക്ക നാം പറയില്ലേ? അതുപോലെ ചിരിച്ചു - ഒന്നോ രണ്ടോ കിലോ വാങ്ങിക്കുന്നവന് എത്ര ചാക്ക് ഉണ്ട് എന്ന് അറിയണം എന്നതിന്റെ പൊങ്ങച്ചം ഓർത്ത്. അന്നേരം അതേ നാണയത്തിൽ തന്നെ തിരിച്ചടിച്ചു. ഇങ്ങനെ:- ‘‘ആകെയുള്ള പഞ്ചസാരച്ചാക്കുകൾ രണ്ടു ഭാഗമാക്കുക. എങ്കിൽ ആ രണ്ടു സംഖ്യകൾ തമ്മിലുള്ള വ്യത്യാസം അവയുടെ വർഗങ്ങളുടെ വ്യത്യാസത്തിന് തുല്യമായിരിക്കും.”

ഇതും പറഞ്ഞ് കടക്കാരൻ മററു ജോലികളിൽ വ്യാപൃതനായി. നമ്മുടെ കക്ഷിക്ക് ഒരെത്തും പിടിയും കിട്ടുന്നില്ല. വടികൊടുത്ത് അടി മേടിച്ച മാതിരിയായി. ഉത്തരം കിട്ടിയില്ല എങ്കിൽവലിയ ക്ഷീണവും ആകും. നമുക്കീ കക്ഷിയെ ഒന്നു സഹായിച്ചുകൂടെ? എങ്കിൽ എന്തു ചെയ്യണം?

8. സത്യവതി

സത്യമേ അവർ പറയൂ. പക്ഷേ ഒരു സംഗതിയും നേരെ ചൊവ്വേ അങ്ങ് പറയുകയും ഇല്ല.അതൊരു ശീലമായിപ്പോയി. സ്ത്രീയുമാണ്. എന്തുചെയ്യാം?

“നിങ്ങൾ തമ്മിൽ എത്ര പ്രായവ്യത്യാസമുണ്ട്?”

ഒരു ദിവസം ഓഫീസിൽ വെച്ച് ഒരു കൂട്ടുകാരി അവരോട് ചോദിച്ചു. ഭർത്താവിനും അവർക്കും തമ്മിൽ എത്ര പ്രായവ്യത്യാസം ഉണ്ട് എന്നറിയുവാനുള്ള വളച്ചൊടിച്ച ചോദ്യമാണതെന്ന് അവർക്കു മനസ്സിലായി.

ഉരുളയ്ക്കുപ്പേരി എന്നപോലെ, ഉടൻ തന്നെ ചോദ്യത്തിനുള്ള മറുപടിയും കൊടുത്തു.

"എന്റെ വയസ്സു കാണിക്കുന്ന സംഖ്യയിലെ അക്കങ്ങൾ തിരിച്ചിട്ടാൽ അദ്ദേഹത്തിന്റെ വയസ്സാകും. രണ്ടുപേരുടെയും വയസ്സുകൾ തമ്മിൽ കൂട്ടിയാൽ കിട്ടുന്ന സംഖ്യയുടെ പതിനൊന്നിലൊന്ന് പ്രായക്കൂടുതലുണ്ട് അദ്ദേഹത്തിന്."

കൂട്ടുകാരി കുഴഞ്ഞുകാണും എന്നു കരുതുന്നുണ്ടോ? ഇല്ലേയില്ല. അങ്ങിനെ കരുതിയ നമ്മൾക്കാണ് അബദ്ധം പററിയത്.

എങ്കിൽ ആ സ്ത്രീയുടെയും ഭർത്താവിൻെറയും പ്രായം എത്ര?

9. വിവാഹനാളിലെ പ്രായം

പതിനെട്ടു വർഷമായി ഗോപാലൻ വിവാഹിതനായിട്ട്. അന്ന് ഭാര്യയുടെ മൂന്നിരട്ടിയായിരുന്നു ഗോപാലന്റെ പ്രായം. വർഷം 18 കഴിഞ്ഞു. നിസ്സാര ഇണക്കപിണക്കങ്ങളിലൂടെ തന്നെയാണ് ദിവസങ്ങൾ നീങ്ങിയതും തള്ളിമാറ്റിയതും. കുട്ടികളുണ്ടായി. അവർ രണ്ടുപേരും മിടുമിടുക്കർ. അന്നേരമാണ് മറ്റൊരു കാര്യം ഗോപാലന് മനസ്സിലായത് - ഇന്നയാൾക്ക് ഭാര്യയുടെ ഇരട്ടിയെ പ്രായമുള്ളൂ.

അതെങ്ങിനെ? വർഷം കൊഴിഞ്ഞുപോകുമ്പോൾ പ്രായം കൂടുകയല്ലേ വേണ്ടത്? വിവാഹസമയത്ത് മൂന്നിരട്ടിയുണ്ടായത് ഇപ്പോൾ രണ്ടിരട്ടിയായി മാറി.

ഗോപാലന്റെ അങ്കലാപ്പ് തീർത്തുകൊടുക്കാൻ ഒന്നു സഹായിച്ചു കൂടെ?

10. ബോണസ് ചോദ്യം

അവരുടെ ക്ലാസ്സിൽ മിക്കവാറും കുട്ടികൾക്ക് കണക്കിന് നൂറിൽ നൂറ് മാർക്ക് കിട്ടുക പതിവാണ്.

കണക്ക് മാഷ് ഇതിൽ അതീവ സംതൃപ്തനാണ്. അതിനാൽ ഇടയ്ക്കിടെ ഓരോ ബോണസ് ചോദ്യങ്ങൾ കൊടുക്കും. അക്കൂട്ടത്തിൽ പെട്ട ഒരെണ്ണം ഇതാ:-

1, 3, 5, 7, 9 എന്നീ ഒറ്റസംഖ്യകളുടെ തുക 25.

2, 4, 6, 8 എന്നീ ഇരട്ടസംഖ്യകളുടെ തുക 20.

ഈ ഒറ്റസംഖ്യകളും ഇരട്ടസംഖ്യകളും പ്രത്യേകം പ്രത്യേകം രണ്ടു ഗ്രൂപ്പുകളായി കൂട്ടുമ്പോൾ തുക ഒന്നുതന്നെ ആവുന്ന ഒരവസ്ഥയുണ്ട്. അതു കണ്ടുപിടിക്കാമോ?

ഗണിതത്തിൽ ഭിന്നിതം കൂടി ഉണ്ട് എന്ന ഒരോർമ്മക്കുറിപ്പും ചോദ്യ ഭാഗമായി കണക്കാക്കിക്കോളൂ.

11. ലളിതപ്രശ്നം

ചോദ്യം 6-ൽ 4 ഏഴുകൾ കൊണ്ട് 100 ഉണ്ടാക്കി.

ഇവിടെ നാല് 7കൾ കൊണ്ടും മൂന്നു 7കൾ കൊണ്ടും 20 ഉണ്ടാക്കാമോ എന്നതാണ് പ്രശ്നം?

12. ഒരേ ഒരു ചോദ്യം

1 മുതൽ 9 വരെയുള്ള അക്കങ്ങളെ താഴെ കാണും പ്രകാരം 4 ഗ്രൂപ്പുകളായി തിരിച്ച് ഈരണ്ടെണ്ണം തമ്മിൽ ഗുണിക്കുമ്പോൾ തുക ഒരേ സംഖ്യതന്നെ കിട്ടുന്നതു നോക്കുക - ആദ്യഗ്രൂപ്പിൽ 3 അക്ക സംഖ്യയും 2 അക്കസംഖ്യയും തമ്മിലാണ് ഗുണിക്കേണ്ടത്. രണ്ടാമത്തെ ഗ്രൂപ്പിൽ രണ്ട് രണ്ടക്കസംഖ്യയും. ഒമ്പത് അക്കങ്ങളിൽ ഓരോന്നിനും ഒരു തവണ മാത്രമെ സ്ഥാനമുള്ളൂ എന്നും ഓർക്കുക.

$$\begin{array}{r} 158 \times \\ \underline{23} \\ \underline{3634} \end{array} \quad = \quad \begin{array}{r} 79 \times \\ \underline{46} \\ \underline{3634} \end{array}$$

ഇനി ചോദ്യം:-

അക്കങ്ങൾ മറ്റ് ഏതെങ്കിലും രീതിയിൽ ക്രമീകരിച്ചാൽ ഇത്തരത്തിൽ ഒരേ ഒരു ഗുണനഫലം കിട്ടുവാൻ സാധ്യമാണോ? (ചോദ്യം 46 കൂടി നോക്കുക)

13. ഒമ്പതക്കസംഖ്യ

ഇതാ ഒരു ഗുണനം, ചില പ്രത്യേകതകളോടെ:-

$$3 \times 51249876 = 153749628$$

ഇവിടെ ഇടതുവശത്തും വലതുവശത്തും 1 മുതൽ 9 വരെയുള്ള എല്ലാ അക്കങ്ങളും ഉണ്ട്. ഇടതുവശത്ത് 1 മുതൽ 9 വരെയുള്ള അക്കങ്ങളിൽ 3 ഒഴികെയുള്ള എട്ടക്കസംഖ്യയെ 3 കൊണ്ടു ഗുണിച്ചു. (ഒരക്കം ഒരുതവണ മാത്രമേ ഉപയോഗിക്കുന്നുള്ളൂ) അന്നേരം കിട്ടിയ ഗുണനഫലമായ

153749628ൽ 1 മുതൽ 9 വരെയുള്ള എല്ലാ അക്കങ്ങളും ഒരേ ഒരു തവണമാത്രം ഉപയോഗിച്ചിരിക്കുന്നു. ഈ നിയമങ്ങൾ അനുസരിക്കുന്ന മറ്റൊരുദാഹരണം ഇതാ:-

$$9 \times 16583742 = 149253678$$

ഇവിടെ 9 കൊണ്ട് 9 ഒഴിച്ചുള്ള അക്കങ്ങൾ കൊണ്ടുണ്ടാക്കിയ സംഖ്യയെ ഗുണിച്ചപ്പോൾ കിട്ടിയ സംഖ്യയിൽ 1 മുതൽ 9 വരെയുള്ള അക്കങ്ങൾ കാണാം (ഒരക്കം ഒരിക്കൽ മാത്രം).

ഇനിയാണ് പ്രശ്നം.

ഇങ്ങനെ 6 കൊണ്ട്, 6 ഒഴിച്ചുള്ള ഏത് എട്ടക്കസംഖ്യയെ (1 മുതൽ 9 വരെയുള്ളതിൽ 6 ഒഴിച്ച് ബാക്കിയുള്ള എട്ട് അക്കങ്ങൾ ഉപയോഗിച്ചുള്ള സംഖ്യ) ഗുണിച്ചാൽ ആണ് ഫലം 1 മുതൽ 9 വരെയുള്ള അക്കങ്ങൾ എല്ലാം ഉപയോഗിച്ചുള്ള ഒമ്പതക്കസംഖ്യ കിട്ടുക?

14. ഒറ്റനോട്ടം

"ഒറ്റനോട്ടം കൊണ്ട് ഈ പ്രശ്നത്തിന് ഉത്തരം പറയണം. കൂടിയാൽ മുപ്പതു സെക്കന്റ് സമയം"എന്നു പറഞ്ഞുകൊണ്ട് അധ്യാപകൻ ബോർഡിൽ ഇങ്ങനെ കുറിച്ചിട്ടു:

$$\frac{35}{70} + \frac{148}{296}$$ = എത്ര?

ഉത്തരം കിട്ടിയില്ലേ? എങ്കിൽ പേനയും കടലാസും എടുത്തു ചെയ്തുനോക്കൂ.

15. തുകയെത്ര

0 മുതൽ 9 വരെ 10 അക്കങ്ങൾ. ഈ അക്കങ്ങളിൽ നിന്നു തിരഞ്ഞെടുത്ത 2 മൂന്നക്കസംഖ്യകൾ കുറിച്ചിടുക. അവ കൂട്ടുക. ഉത്തരം ബാക്കി നാലക്കങ്ങൾ കൊണ്ടുള്ള നാലക്കസംഖ്യയാവാണം. (ഇതോടെ 10 അക്കവും ഒന്ന് ഒരിക്കൽ എന്ന തോതിൽ ഉപയോഗിച്ചിരിക്കണം) ഇതെങ്ങനെ ചെയ്യാം?

16. എങ്ങനെ നിൽക്കണം?

ചിത്രം നോക്കൂ. മൂന്നു കുട്ടികൾ. ബനിയനിൽ 3, 1, 6 എന്നീ നമ്പറുകളും

ഉണ്ട്. അന്നേരം ഒരു യുക്തി തോന്നി. ഇവർ എങ്ങനെ നിന്നാൽ അഥവാ നിർത്തിയാൽ 7 കൊണ്ടു വിഭജിക്കാവുന്ന ഒരു മൂന്നക്ക സംഖ്യ കിട്ടും.'നിർത്തിയാൽ' എന്ന പദവും നിർധാരണ വേളയിൽ കണക്കിലെടുക്കണം എന്നൊരു സൂചന കൂടി നൽകാം.

17. രണ്ടെണ്ണം മാത്രം

ഒരു ആറക്കസംഖ്യയെ ആദ്യത്തെ മൂന്നക്കസംഖ്യാഭാഗം ഒരു സംഖ്യയും രണ്ടാമത്തെ മൂന്നക്കസംഖ്യാഭാഗം മറ്റൊരു സംഖ്യയും ആയി കണക്കാക്കുക. ഈ രണ്ടു മൂന്നക്കസംഖ്യകൾ കൂട്ടി വർഗം കണ്ടാൽ തുടക്കത്തിൽ പരിഗണിച്ച ആറക്കസംഖ്യ തന്നെ കിട്ടണം.

ഏതാണീ സംഖ്യ? ഇങ്ങനെ എത്ര സംഖ്യകൾ ഉണ്ടാവാം?

18. ഒരിക്കൽ, ഒരിക്കൽ മാത്രം

കുമാരൻ പഠിത്തത്തിൽ പൊതുവെ മിടുക്കനാണെന്നേ, കിട്ടുന്ന മാർക്കുകളുടെ കണക്കനുസരിച്ച്, പറയുവാൻ പറ്റൂ. പക്ഷേ പാഠ പുസ്തകത്തിനുമപ്പുറം ഒരുപാട് വായിച്ചിട്ടുണ്ട്. അതുകൊണ്ട് 'ഒന്നാമൻ'മാർക്ക് കുമാരനെ ബഹുമാനമാണ്.

ഒരു ദിവസം ഒരു പുതിയ 'വിദ്യ'യുമായാണ് അവൻ ക്ലാസ്സിൽ വന്നത്. രാവിലെ വന്നപാടെ ബോർഡിൽ വൃത്തിയായി ഇപ്രകാരം കുറിച്ചിട്ടു:-

"1 മുതൽ 9 വരെയുള്ള സംഖ്യകൾ ഓരോന്നും ഒരു തവണ മാത്രം ഉപയോഗിച്ച് കൂട്ടുമ്പോൾ 99999 കിട്ടും. എങ്ങനെ?"

പലരും ശ്രമിച്ചു. ഫലമില്ല. ബെല്ലടിച്ച് അൽപം കഴിഞ്ഞപ്പോൾ മാഷ് ക്ലാസ്സിൽ കയറി. ബോർഡിൽ കുറിച്ചിട്ടത് കണ്ടു. നല്ലപോലെ ഒന്നുകൂടി നോക്കി. എന്തോ ആലോചിച്ച് രണ്ടുവരിയായി സംഖ്യകൾ എഴുതി കൂട്ടി. ഉത്തരം കിറുകൃത്യം. പിന്നെ മാഷ് ഒന്നും സംഭവിക്കാത്തമട്ടിൽ പഠിപ്പിക്കുവാൻ തുടങ്ങി.
മാഷ് കണ്ടുപിടിച്ച് എഴുതിയത് എന്തായിരുന്നു.

19. വിചിത്രസ്വഭാവക്കാരൻ

മനുഷ്യർ പല സ്വഭാവക്കാരാണല്ലോ. എല്ലാവരും ഒരുപോലെ ആയിരുന്നുവെങ്കിൽ സംഗതി എത്ര വിരസമായേനെ. അല്ലേ? സംഖ്യകളുടെ കാര്യവും ഇതുപോലെ തന്നെ.

ഇതാ അതിവിചിത്ര സ്വഭാവമുള്ള ഒരു കക്ഷി, ഒന്നു പരിചയപ്പെട്ടിരിക്കുന്നതിൽ തെറ്റില്ലല്ലോ.

ഒരു ധനപൂർണ സംഖ്യയുടെ (positive integer)യുടെ 1/5 നെ അതിന്റെ 1/7 കൊണ്ടു ഗുണിച്ചാൽ അതേ ധനപൂർണ സംഖ്യ തന്നെ കിട്ടും. എങ്കിൽ ആ സംഖ്യ എത്ര?

20. മറ്റൊരു സാധ്യത

ഒരേ അക്കം 3 തവണ ഉപയോഗിച്ച് 24 എഴുതുന്നത് നോക്കുക:

$$8 + 8 + 8 = 24$$

ഇത്തരം മറ്റൊരു സാധ്യത കണ്ടെത്താമോ? അതായത് 3 തവണ ഒരേ അക്കം ഉപയോഗിച്ച് 24 എഴുതാമോ?

21. കല്യാണാലോചന

കല്യാണരാമൻ നായർക്ക് 4 മക്കളുണ്ട്. രണ്ടാണ്ണും രണ്ടു പെണ്ണും. നായർ ബുദ്ധിമാനും രസികനും ആണ്. ഗൗരവമുള്ള കാര്യമായാലും രസികത്തം നിറഞ്ഞ രീതിയിലേ സംസാരിക്കൂ. പ്രത്യേകിച്ച് ജോലിയൊന്നും ഇല്ലെങ്കിലും അല്ലലും അലട്ടും ഇല്ലാതെ സുഖമായി കഴിഞ്ഞുകൂടുന്നു. ഒരു ദിവസം കല്യാണ ആലോചനയുമായി ചിലർ അവിടെ വന്നു. വിഷയം വിവാഹവുമായി ബന്ധപ്പെട്ടതു കാരണം ഭാര്യ അകത്തേക്കു വിളിച്ച് കളിതമാശ വിട്ട് ചോദ്യങ്ങൾക്ക് നേരെ ചൊവ്വേ ഉത്തരം പറയണമെന്ന് ഭർത്താവിനെ ചട്ടംകെട്ടി. ശരി എന്നർഥത്തിൽ നായർ സമ്മതവും മൂളി.

വിരുന്നുകാരുമായി പലതും സംസാരിച്ചുകൊണ്ടിരുന്നപ്പോൾ, ഭാര്യയുടെ വാക്കുകൾ ഓർത്ത്, ശ്രദ്ധയോടെ ഉത്തരം നൽകി. മക്കളുടെ പ്രായത്തെക്കുറിച്ച് പരാമർശം വന്നപ്പോൾ അറിയാതെ പഴയ രീതി വന്നുപോയി. അന്നേരം നായർ സ്വത:സിദ്ധമായ ശീലിൽ ഇങ്ങനെ വിളമ്പി:-

“മക്കളുടെ പ്രായമല്ലെ അതു പറയുന്നതു തന്നെ ബഹുരസമാ. നാലു പേരുടെ വയസ്സും ഒറ്റസംഖ്യകളാണ്. അതും തുടർച്ചയായവ. നാലുപേരുടെയും പ്രായം കൂട്ടിയാൽ 80 വരും. ഒന്നും നാലും ആൺകുട്ടികളാ. ഇടയ്ക്കുള്ള രണ്ടും പെൺമക്കൾ. അതിൽ മൂത്തവളുടെ കാര്യാ നാം കൂട്ടം കൂടണത്.”

വിവാഹാലോചനയുമായി വന്നവർ ഇളിഭ്യരായ മട്ടിലായി. ഒരുവിധം അവിടെ നിന്നു തടിതപ്പി എന്നു പറയാം.

അകത്തു നിന്ന് എല്ലാം കേട്ട ഭാര്യ, വിരുന്നുകാർ പടികടന്നപ്പോൾ പൂമുഖത്തുവന്ന് ഒരൂക്ക് കയർത്തു.

“അൽപം ഗണിതപരിജ്ഞാനം ഉള്ളവരുടെ ചെക്കൻ മതി എന്റെ മോളെ കെട്ടാൻ.” - നായർ തിരിച്ചടിച്ചു. അവിടം ഒരു നിശ്ശബ്ദത.

ആട്ടെ, കല്യാണരാമൻ നായരുടെ മക്കളുടെ പ്രായത്തെപ്പറ്റി, കേട്ടു നിന്ന ആൾ എന്ന നിലയിൽ നിങ്ങൾക്കെന്തെങ്കിലും പറയുവാനുണ്ടോ?

22. പൊതുഗുണധർമം

തുടർച്ചയായ മൂന്നു പൂർണസംഖ്യകൾ ഉണ്ട്. മധ്യത്തിലെ സംഖ്യയുടെ വർഗത്തിൽ നിന്ന് ഒന്നു കുറച്ചതാണ് മറ്റു രണ്ടു സംഖ്യകളുടെ ഗുണനഫലം. ആ സംഖ്യകൾ ഏവ?

23. ക്ലോക്ക്

വളരെ വിചിത്രമായ പ്രശ്നമാണിത്. പക്ഷേ ഒരു തീരുമാനത്തിലെത്തുക എന്നത് എളുപ്പമായും നിങ്ങൾക്കു തോന്നും. എന്നാൽ കാര്യങ്ങളുടെ കിടപ്പോ?

നമുക്ക് ഒരുമിച്ചിരുന്ന് ശാന്തമായി ആലോചിക്കാം.

രണ്ടു ക്ലോക്കുകൾ ഉണ്ട്. അതിൽ ഒന്ന് ഓടുകയേയില്ല. മറ്റൊന്നുള്ളത് ദിവസത്തിൽ ഒരു മിനിട്ട് സ്ലോ ആകുന്നു. ഈ രണ്ടു ക്ലോക്കുകളിൽ ഒരെണ്ണം നിങ്ങൾക്കെടുക്കാം.

കൂടുതൽ തവണ കൃത്യസമയം കാണിക്കുന്ന ക്ലോക്ക് ആണല്ലോ ഏവർക്കും സ്വീകാര്യം.

എങ്കിൽ ഏത് ക്ലോക്ക് ആയിരിക്കും നിങ്ങൾ സ്വീകരിക്കുക?

24. ശമ്പളപ്രശ്നം

രാമനും കൃഷ്ണനും കൂട്ടുകാരാണ്. രണ്ടു കമ്പനികളിൽ ആയി ഒരേ ശമ്പളത്തിൽ അവർക്കു ജോലി കിട്ടി.

കഴിഞ്ഞവർഷം രാമന് 10% ശമ്പളവർധനവുണ്ടായി. കൃഷ്ണനാകട്ടെ 10% ശമ്പളക്കുറവും. ഈ വർഷം രാമന്റെ ശമ്പളം 10% കുറഞ്ഞു. പക്ഷേ കൃഷ്ണന് 10% വർധിച്ചു. എങ്കിൽ ആർക്കാണ് ഇപ്പോൾ ശമ്പളക്കൂടുതൽ?

25. അനുപാതം

രണ്ടുവർഷം മുമ്പ് ദാമോദരന്റെ പ്രായം അവന്റെ സഹോദരിയുടെ പ്രായത്തിന്റെ മൂന്നുമടങ്ങും, അതിന്നു രണ്ടു വർഷം മുമ്പ് അഞ്ചുമടങ്ങും ആയിരുന്നു. എന്നാണ് അവരുടെ വയസ്സുകൾ തമ്മിലുള്ള ബന്ധം 2:1 ആകുന്നത്.

26. അശ്രദ്ധ

ശ്രദ്ധ അൽപം കുറഞ്ഞാൽ ഒരുപാട് തെറ്റുകൾ പറ്റും. കണക്കു ചെയ്യുമ്പോൾ പ്രത്യേകിച്ചും. നാരായണൻകുട്ടി ഈ പട്ടികയിൽ പെടുന്ന കുട്ടിയാണ് - അൽപം ബേജാറ്, അത് വഴിയുള്ള ധൃതി, പരിണതഫലമായ തെറ്റുപറ്റൽ. എന്ത് എന്നല്ലെ? അക്കഥ കേൾക്കൂ.
ക്ലാസിൽ അധ്യാപകൻ ഒരു സംഖ്യയെ $7/8$ കൊണ്ട് ഗുണിക്കുവാൻ പറഞ്ഞപ്പോൾ $7/8$ കൊണ്ട് ഹരിച്ചു. അന്നേരം കിട്ടിയ സംഖ്യ ശരിയായ ഉത്തരത്തിനെക്കാൾ $1\,1/14$ അധികമായിരുന്നു. എങ്കിൽ അധ്യാപകൻ പറഞ്ഞ ആ സംഖ്യ ഏതായിരുന്നു?

27. കൂലി പങ്കിടൽ

വീട്ടുസാധനങ്ങൾ വാങ്ങി പുതിയ താമസസ്ഥലത്തിറക്കിയ ജോലിക്കാർക്ക് അയാൾ കൂലിയായി 510 രൂപ കൊടുത്തു. സന്തോഷത്തോടെ അവർ പിരിയുവാൻ തുടങ്ങിയപ്പോൾ വെറുതെ ഒരു ലോഹ്യം എന്ന കണക്ക് അയാൾ ചോദിച്ചു:

“ഓരോരുത്തർക്കും എത്ര രൂപ വെച്ചു കിട്ടും? തുല്യമായാണോ പങ്കിടൽ?”

കൂട്ടത്തിലെ ചെറുപ്പക്കാരൻ അതിനോടു പ്രതികരിച്ചത് ഇപ്രകാര മായിരുന്നു:-

“ഒന്നാമന് രണ്ടാമന്റെ 2/3 ഭാഗവും രണ്ടാമന് മൂന്നാമന്റെ 1/4 ഭാഗവും വെച്ച് കിട്ടും.”

അയാൾക്കാ ‘വീതംവെപ്പ്’ ഞൊടിയിടകൊണ്ട് പിടികിട്ടി. അതോടൊപ്പം ഒരു കുസൃതിച്ചോദ്യവും:-

“ഛെ! പങ്കുവെക്കലിൽ സോഷ്യലിസം തീരെയില്ലല്ലൊ.”

കൂലിക്കാർ അതിനോടു പ്രതികരിക്കാതെ സ്ഥലം വിട്ടു.

എത്ര രൂപവെച്ച് അവർ ഓരോരുത്തർക്ക് കിട്ടി?

28. ചോക്കും പെൻസിലും

ഒരു ചോക്കും പെൻസിലും വാങ്ങി വീട്ടിലെത്തിയപ്പോൾ ചോക്ക് അവനു കിട്ടിയേ തീരൂ എന്നായി മകൻ. കൊച്ചുകുട്ടിയല്ലേ. അവസാനം അയാൾ സമ്മതിച്ചു. പക്ഷേ അതിന് ഒരു നിബന്ധന കൂടി ഉണ്ട്. ഇങ്ങനെ:-

“ശരി തരാം. ചോക്കിന് എത്ര വിലയായി എന്ന് നീ പറയണം. എട്ടിൽ പഠിക്കയല്ലെ?”

പുലിവാല് പിടിച്ചുവോ എന്ന് മകന് സംശയം. വല്ല കൊസ്റാകൊള്ളി കണക്കാവും അച്ഛൻ എഴുന്നള്ളിക്കുവാൻ പോണത്. എങ്കിലും അവൻ ഒരു തട എന്ന രീതിയിൽ പറഞ്ഞു:-

‘‘അതെങ്ങനെയാ! അച്ഛൻ കൊടുത്തത് എത്രേന്ന് ഞാനെങ്ങനെ അറിയാനാ.”

അച്ഛൻ :- “ചോക്കിനും പെൻസിലിനും കൂടി 68 പൈസയായി. പെൻസിലിന് ചോക്കിനേക്കാൾ 60 പൈസ കൂടുതലാണ്. എങ്കിൽ ചോക്കിന്റെ വില എത്ര? ഉത്തരം ശര്യാച്ചാൽ ചോക്ക് തരാം.”

കുറെ കഴിഞ്ഞപ്പോൾ മകന് ഉത്തരം കിട്ടി. അവനത് പറഞ്ഞ്, ശരിയാകയാൽ, ചോക്കും വാങ്ങി.

‘‘തോന്ന്യോടത്തൊക്കെ, കുത്തിവരച്ച് അമ്മേടെ വായിൽ ഇരിക്കണതുമുഴ്വോനും കേട്ടോ.”

അവൻ അതിനോട് പ്രതികരിച്ചില്ല. ചോക്ക് കിട്ടിയതിനേക്കാൾ ഉത്തരം പറയുവാൻ സാധിച്ചതിലായിരുന്നു അവന് കൂടുതൽ സന്തോഷമുണ്ടായത്.

ഇവിടെ ഓരോന്നിന്റെയും വില എത്ര?

29. മുട്ട മുറിക്കാമോ?

മുട്ട വിൽപനക്കാരിയുടെ പക്കൽ ഇന്ന് കുറച്ചു മുട്ടകളെ ഉണ്ടായിരുന്നുള്ളൂ. ചന്തയിൽ ചെല്ലുന്നവർക്കൊക്കെ അവർ സുപരിചിതയുമാണ്.

ഒരു പ്രത്യേക രീതിയിലാണ് അവരുടെ മുട്ട വിൽപന. ആകെ കൈവശമുള്ള മുട്ടയുടെ പകുതിയോട് അരമുട്ട ചേർത്ത് അവർ ഒന്നാമനു കൊടുക്കും. ഇന്നും അങ്ങനെ ചെയ്തു. ബാക്കിയുടെ പകുതിയോട് അര മുട്ട ചേർത്ത് രണ്ടാമത്തെ ആവശ്യക്കാരനു വിറ്റു.

പിന്നീടു ബാക്കി ഒരു മുട്ട മാത്രം.

അന്നേരം ആ സ്ത്രീ എത്ര മുട്ടയാണ് ചന്തയിൽ വിൽക്കുവാനായി കൊണ്ടു വന്നത്?

30. പൂജാരിയുടെ ത്രികോണങ്ങൾ

സന്ധ്യ മയങ്ങി.

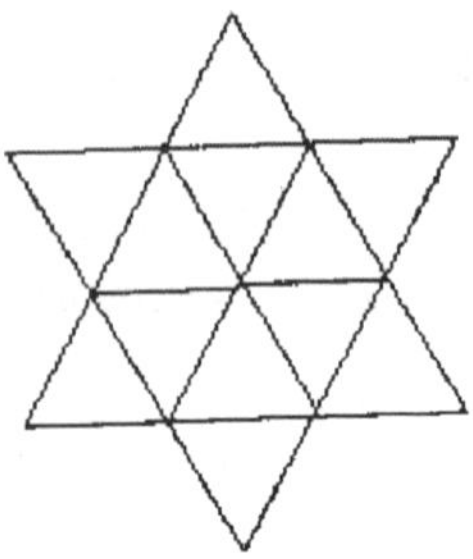

വീട്ടുവളപ്പിന്റെ പുറത്തുള്ള പാലമരത്തിൻ ചുവട്ടിൽ ഏതോ ദേവിയെ പ്രീണിപ്പിക്കാൻ നടത്തുന്ന പൂജയാണ്. സ്കൂൾ വിട്ടുവന്നതിന്നുശേഷം പൂജയ്ക്കുള്ള ശ്രമത്തിലായിരുന്നു കുമാരൻ. അച്ഛൻ വിളിച്ചതും പറഞ്ഞതും കേട്ട് അവൻ നിന്നു. ഏട്ടനാണെങ്കിൽ ഇത്തരം കാര്യങ്ങളിൽ തീരെ താൽപര്യമില്ല. എങ്കിലും അച്ഛനെ പേടിച്ച് പാലമരച്ചുവട്ടിൽ വന്ന് കൈയും കെട്ടി വെറുതെ നിൽക്കും. പൂജാരി അവലും മലരും ചന്ദനവും വിളക്കും പന്തവും എല്ലാം തയ്യാറാക്കുന്ന തിരക്കിലാണ്. പച്ച, മഞ്ഞ, ചുവപ്പ്, കറുപ്പ് തുടങ്ങി പലനിറത്തിലുള്ള പൊടികൾ അടുത്തു തന്നെ വെച്ചിരിക്കുന്നു. അതുവെച്ച് ചിത്രത്തിൽ കാണുന്ന പോലെ അയാൾ ത്രികോണങ്ങൾ ഉണ്ടാക്കി. പല നിറങ്ങളിലുള്ള ത്രികോണങ്ങൾ. ഏട്ടൻ വിളിച്ചപ്പോൾ കുമാരൻ ഓടി അടുത്തെത്തി.

“നിനക്കുപോയി രണ്ടക്ഷരം പഠിച്ചൂടെ. പരീക്ഷയല്ലെ വരണത്”- ഏട്ടൻ കൽപ്പിച്ചു.

“ഞാൻ ഇവിടെ നിൽക്കും. എനിക്കു വിശ്വാസാണ്. എനിക്ക് പൂജ കഴിഞ്ഞാൽ തൊഴുകണം” - കുമാരൻ.

“എന്നാൽ ഒരു കാര്യം ചെയ്യ്. പൂജാരി ഉണ്ടാക്കിയ ചിത്രത്തിൽ ഒരുപാട്

ത്രികോണങ്ങൾ ഉണ്ടല്ലോ. വിവിധ നിറത്തിലുള്ള ത്രികോണങ്ങൾ. ആകെ എത്ര ത്രികോണങ്ങൾ ഉണ്ട് എന്ന് എണ്ണിപ്പറ. അത്രക്കെങ്കിലും ഗുണം ഈ പൂജകൊണ്ടുണ്ടാവട്ടെ"- ഏട്ടൻ.

ഇപ്പറഞ്ഞത് കുമാരന് ഇഷ്ടപ്പെട്ടു. ചെറുതും വലുതും ആയ ത്രികോണങ്ങൾ മുഴുവൻ അവൻ എണ്ണി. വീണ്ടും എണ്ണിനോക്കി. ആദ്യം കിട്ടിയ ഉത്തരം ശരിയാണെന്ന് മനസ്സിൽ ഉറപ്പുവരുത്തി. പിന്നെ ആ ഉത്തരം ഏട്ടനോടു പറഞ്ഞു.

'ശരി' എന്ന് ഏട്ടൻ പറഞ്ഞപ്പോൾ അവന് സ്വയം അഭിമാനം തോന്നി. കുമാരൻ പറഞ്ഞ ഉത്തരം എത്രയായിരുന്നു?

31. ആ വർഷം എന്നുവരും?

1961 എന്ന വർഷത്തിന് ഗണിതപരമായ ഒരു പ്രത്യേകതയുണ്ട്. ഈ സംഖ്യ മറിച്ചിട്ടു വായിച്ചാലും 1961 എന്നുതന്നെയാണ് വരിക. ഇനി എത്രവർഷം കഴിഞ്ഞാണ് ഈ പ്രത്യേകതയോടുകൂടിയ വർഷം വരിക?

32. മേനോൻ പറഞ്ഞകണക്ക്

സ്കൂൾ പടിക്കൽ പതിവിൽ കൂടുതലുള്ള തിരക്കു കണ്ടപ്പോഴേ കുമാരനു തോന്നി ഐസ്ക്രീം കാരൻ വന്ന ബഹളമല്ല എന്ന്. അതായിരുന്നവെങ്കിൽ കൂടക്കൂടെ മണിയടി ശബ്ദം കേൾക്കുമായിരുന്നു. അടുത്തെത്തിയപ്പോഴാണ് ഗോപിമേനോൻ ആണ് എന്നു മനസിലായത്.

പാവം. ബുദ്ധിക്കു സ്ഥിരതയില്ലെങ്കിൽ എന്തു ചെയ്യും? അഞ്ചോ ആറോ വർഷം കോളേജിൽ പഠിച്ചതാ. അവസാനം ഇങ്ങനെയായി. ആരും മേനോനെ ഭ്രാന്തൻ എന്നു വിളിച്ച് കളിയാക്കാറില്ല - കുട്ടികൾ കൂടി. വല്ലപ്പോഴും സ്കൂൾ പടിക്കൽ വരും. കുറേനേരം പ്രസംഗിക്കും. സാഹിത്യവും പുരാണവും കണക്കും ഒക്കെ. മാഷന്മാർ കൂടി മാറി നിന്ന് മേനോൻ പറയുന്നതു കേൾക്കും.

അടുത്തെത്തിയപ്പോൾ കുമാരന് മനസ്സിലായി എന്തോ പറയുവാൻ പോകുന്നതെ ഉള്ളൂ എന്ന്. അവൻ വട്ടം കൂടി നിൽക്കുന്ന കുട്ടികളുടെ പിന്നിൽ നിന്നു.

ക്ലാസിൽ പഠിപ്പിക്കുന്നതുപോലെയാണ് പറയുക. പലതും കുറിച്ചെടുത്തു കൊള്ളുവാൻ പറഞ്ഞുകൊണ്ട് ആവർത്തിക്കും.

മേനോൻ ഇങ്ങനെ പറഞ്ഞുതുടങ്ങി:

"എല്ലാവരും എഴുതി എടുത്തുകൊള്ളുവിൻ. ഏതെങ്കിലും ഒരു മത്സരപ്പരീക്ഷയ്ക്ക് ഈ ചോദ്യം വരും. ഷുവർ. ഇതാ, ഒരാളുടെ ജീവിതത്തിന്റെ 1/6 ഭാഗം കുട്ടിക്കാലവും 1/12 ഭാഗം യൗവ്വനവും ആയിരുന്നു. തുടർന്ന് 1/7 ഭാഗം കൂടി അവിവാഹിതനായി കഴിഞ്ഞിരുന്നു. വിവാഹം കഴിഞ്ഞ് 5 വർഷം കഴിഞ്ഞപ്പോൾ ഒരു മകൻ ജനിച്ചു. അച്ഛൻ മരിക്കുന്നതിന് 4 വർഷം മുമ്പ് മകൻ മരിച്ചു. അച്ഛന്റെ അവസാന വയസ്സിന്റെ പകുതി പ്രായമായിരുന്നു അന്ന് മകന്. എങ്കിൽ അച്ഛൻ എത്ര വയസ്സിലാണ് മരിച്ചത്?"

പലരും കുറിച്ചെടുത്തു. ബെല്ലടിച്ചപ്പോൾ കുട്ടികൾ ക്ലാസ്സിലേക്കോടി. അവനും. മേനോൻ പറഞ്ഞ കണക്കിന്റെ ഉത്തരം എത്ര?

33. തൂണിൽ വരച്ച ചിത്രം

ചിത്രം നോക്കൂ. ഒരു വൃത്തം. മൂന്നു ശീർഷങ്ങളും വൃത്തപരിധിയിന്മേൽ ആകത്തക്കവിധം വൃത്തത്തിനുള്ളിൽ ഒരു ത്രികോണം വരച്ചിരിക്കുന്നു. ത്രികോണത്തിനുള്ളിൽ മറ്റു ചെറിയ ത്രികോണങ്ങൾ തൂണിൽ വരച്ച ഈ ചിത്രത്തിന്നുള്ള ചരിത്രപരമായ പ്രാധാന്യം കണക്കിലെടുക്കുമ്പോൾ മറ്റ് ഒട്ടേറെ കാര്യങ്ങൾ പറയുവാനുണ്ട്. തൽക്കാലം അക്കാര്യം അവിടെ നിൽക്കട്ടെ.

ഇവിടെ ചോദ്യം മറ്റൊന്നാണ്. ഏത് ബിന്ദുവിൽ നിന്നാരംഭിച്ച് ഏറ്റവും ചുരുങ്ങിയ തിരിവുകളോടെ (turns) ഈ ചിത്രം പൂർത്തിയാക്കാം.

34. ഒറ്റസംഖ്യ

ഒരു ടിന്നിൽ 1 മുതൽ 7 വരെയുള്ള അക്കങ്ങൾ എഴുതിയ ടോക്കണുകൾ ഇട്ടിരിക്കുന്നു. അതിൽ നിന്ന് ഓരോ ടോക്കൺ ആയി പുറത്തേക്കെടുത്തു. ഒരിക്കൽ എടുത്തത് പിന്നീട് ടിന്നിൽ ഇടുന്നില്ല.

എങ്കിൽ ടിന്നിലുള്ള ഒറ്റസംഖ്യകളോടു കൂടിയ ടോക്കണുകൾ എല്ലാം ആദ്യം കിട്ടുവാനുള്ള സാധ്യത എത്ര?

35. തോട്ടത്തിലെ പശു

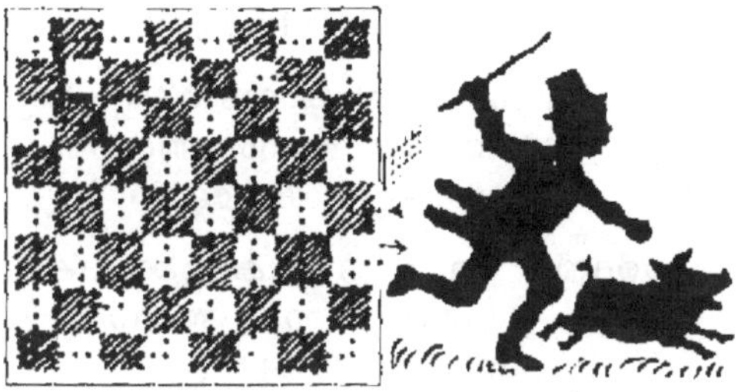

തോട്ടത്തിൽ ഒരു പശുക്കുട്ടി കറുത്ത ചതുരക്കള്ളിയിൽ ചവിട്ടി അകത്തു കടന്നു. തോട്ടത്തിന് ഒരു ഗേറ്റ് മാത്രമെ ഉള്ളൂ. പശുക്കുട്ടി തോട്ടത്തിലെ എല്ലാ ചതുരത്തിലും ചവിട്ടി. പക്ഷേ ഓരോ തവണയും അതു തിരിയുന്നത് 90^0 യിൽ ആണ്. തോട്ടത്തിലെ ഗേറ്റിനടുത്തുള്ള വെള്ള ചതുരത്തിലൂടെ അത് പുറത്തുപോകുകയും ചെയ്തു. ആകെ ഇരുപതു തവണ 90^0 യിൽ തിരിഞ്ഞാണ് പശുക്കുട്ടി പുറത്തു കടന്നത് എന്ന് ചിത്രത്തിൽ നിന്നു വ്യക്തമാണ്.

ഇരുപതിൽ കുറഞ്ഞ, ഏറ്റവും കുറഞ്ഞ എത്ര തിരിവുകൾ കൊണ്ട് പശുക്കുട്ടിക്ക് മുകളിൽ പറഞ്ഞതുപോലെ യാത്ര ചെയ്യാം എന്നതാണ് ഇവിടുത്തെ പ്രശ്നം. ഒരു നിബന്ധനകൂടെയുണ്ട് - മുകളിൽ ഇടത്ത് അറ്റത്തുള്ള കറുത്ത 'ബാർ' അടയാളം പശുക്കുട്ടി മുറിച്ചു കടക്കുകയും അരുത്. അത് തോട്ടം നനയ്ക്കുവാനുള്ള വലിയ കുളമാണ്; പശുക്കുട്ടി അതിൽ വീഴരുതല്ലോ.

36. എത്ര വയസ്സുകൾ വീതം?

വയസ്സിന്റെ കണക്ക്. ഒരു 'ജാഡ'ക്കണക്കെന്നോ 'കുസൃതി'യെന്നോ കരുതിക്കോളൂ.

ജോർജിന് ജോണിനെക്കാൾ 4 വയസ്സ് കൂടുതൽ. ജോണിന് ജിമ്മിയെക്കാൾ 4 വയസ്സ് കൂടുതൽ. ജിമ്മിക്ക് സാമിനേക്കാൾ 4 വയസ്സ് കൂടുതൽ. സാമിനാകട്ടെ ജോർജിന്റെ പകുതി പ്രായവും. ഓരോരുത്തരുടെയും വയസ്സെത്ര?

37. കന്നുകാലിച്ചന്ത

കൂട്ടുകാരനായ മൂന്നു ഗ്രാമീണർ - ഹരി, ജനാർദ്ദനൻ, ദാമു - ഒരു കന്നുകാലിച്ചന്തയിൽ എത്തി. ഓരോരുത്തരും ഏതാനും കന്നുകാലികളെ - എരുമക്കുട്ടി, പശു, ആട്, കാള എന്നിവ - വിൽക്കുവാനായി കൊണ്ടു വന്നിരുന്നു.

ഹരി :- എടാ ജനാർദ്ദനാ! ഞാൻ ആറ് എരുമക്കുട്ടിയെ നിനക്കു തരാം. പകരം നീ ഒരു കാളയെ എനിക്കു താ. അന്നേരം എന്റെ ഇരട്ടി കാലികൾ നിനക്കുണ്ടാവുമല്ലൊ.

ദാമു:- ഹരി ഒരു കാര്യം ചെയ്യ്. ഒരു കാളക്കു പകരമായി ഞാൻ 14 ആടിനെ തരാം. അന്നേരം എന്റെ മൂന്നുമടങ്ങ് കാലികൾ നിനക്കുണ്ടാകുമല്ലോ.

ജനാർദ്ദൻ:- ദാമു! ഒരു കാളക്കുപകരം ഞാൻ 4 പശുക്കുട്ടികളെ നിനക്കുതരാം. അന്നേരം എന്റേതിന്റെ ആറിരട്ടി എണ്ണം നിനക്കുണ്ടാകുമല്ലോ.

എങ്കിൽ ഓരോരുത്തരും ചന്തയിലേക്ക് എത്ര എണ്ണം കാലികളെ കൊണ്ടുവന്നിരുന്നു എന്നിറയുവാൻ ആഗ്രഹമില്ലെ?

38. മിഠായിയും വയസ്സും

ഓണത്തിന്നു നാട്ടിൽ വന്നപ്പോൾ മറ്റു പലതിന്റെയും കൂടെ അയാൾ ഒരു വലിയ പൊതി മിഠായി കൊണ്ടുവന്നു. മൂന്ന് ആൺകുട്ടികളല്ലെ. ഹരിയും, രവിയും, കണ്ണനും.

എണ്ണിനോക്കിയപ്പോൾ പൊതിയിൽ ആകെ 770 മിഠായി ഉണ്ട്. വീതം വെയ്ക്കുമ്പോൾ കശപിശ ഉണ്ടാകുമെന്നറിയാമായിരുന്നു. അയാൾ മക്കളെ മൂന്നുപേരെയും വിളിച്ച് ഇങ്ങനെ പറഞ്ഞു:- "നിങ്ങളുടെ മൂന്നുപേരുടെയും കൂടി പ്രായം $17^1/_2$ വയസ്സ്. പ്രായത്തിന്ന് ആനുപാതികമായി മിഠായി വീതിച്ചെടുക്കണം. കണ്ണനാണ് ഉത്തരവാദിത്വം. നീയാണല്ലോ മൂത്തത്."

ഹരി 4 എണ്ണം എടുത്തപ്പോൾ രവി 3 എണ്ണം കരസ്ഥമാക്കി. ഹരി 6 എണ്ണം എടുത്താൽ കണ്ണന്റെ വീതം 7 ആയിരിക്കും. എങ്കിൽ ഓരോരുത്തരുടെയും പ്രായം എത്ര? ഓരോരുത്തരും എത്ര മിഠായി വീതം എടുത്തു?

39. സൈക്കിൾ എന്നു കിട്ടും?

‘‘കൂട്ടുകാരിൽ പലർക്കും സൈക്കിൾ ഉണ്ട്. എനിക്കും ഒരെണ്ണം വാങ്ങിക്കണം"- പന്ത്രണ്ടു വയസ്സായ ദിവാകരൻ അമ്മയുടെ മുന്നിൽ ഒരേ ഒരു വാശി.

"എന്റെ മൂന്നിൽ ഒന്നു പ്രായം നിനക്കാകുമ്പോൾ വാങ്ങിച്ചു തരാം"- കണക്കുടീച്ചറും നാല്പത്തി അഞ്ചുകാരിയുമായ അമ്മയുടെ മറുപടി. എത്ര വർഷം കഴിഞ്ഞാൽ ദിവാകരന് സ്വന്തം സൈക്കിൾ വാങ്ങിക്കാം?

40. ഒരു പഴയ കടംകഥ

ഗണിത കടംകഥകളുടെ (പസിൽ), പഴയ തലമുറയിലെ ആശാനാണ് അൽസുയിൻ ആബട് (എ.ഡി. 735 - 804). ഇംഗ്ലണ്ടിലെ ആദ്യത്തെ കടംകഥക്കാരൻ എന്നു വിശേഷിപ്പിക്കാവുന്ന ഇദ്ദേഹത്തിന്റെ ഒരു പ്രശ്നം ഇതാ:-

100 മാങ്ങ 100 പേർക്കായി വീതിച്ചുകൊടുക്കണം. സംഘത്തിൽ പുരുഷന്മാരും സ്ത്രീകളും കുട്ടികളും ഉണ്ട്. എത്ര പുരുഷന്മാരുണ്ടോ അതിന്റെ അഞ്ചുമടങ്ങാണ് സ്ത്രീകളുടെ എണ്ണം. ഓരോ പുരുഷനും 3 ഉം സ്ത്രീക്ക് 2 ഉം കുട്ടിക്ക് പകുതിയും വീതം മാങ്ങ കിട്ടി.

എങ്കിൽ സംഘത്തിൽ എത്ര പുരുഷൻ? എത്ര സ്ത്രീ? എത്ര കുട്ടികൾ?

41. പതിനൊന്നിന്റെ കാര്യം

11 കൊണ്ടു ഹരിക്കുമ്പോൾ ഉള്ള ഒരു പ്രത്യേകതയാണ് ഈ പ്രശ്നത്തിന്റെ അടിത്തറ. എന്താണ് പ്രശ്നം എന്നല്ലേ.

0 മുതൽ 9 വരെയുള്ള പത്ത് അക്കങ്ങളിൽ 5 എന്ന അക്കം മാത്രം ഒഴിവാക്കി ബാക്കിയുള്ളവയെല്ലാം ഉള്ള ഒരു സംഖ്യയാണ് 896743012. ഈ ഒമ്പതക്ക സംഖ്യയെ 11 കൊണ്ട് പൂർണമായും ഹരിക്കാവുന്നതാണ്. പക്ഷേ ഇത്തരത്തിലുള്ള ഏറ്റവും വലിയതോ ഏറ്റവും ചെറിയതോ ആയ സംഖ്യയല്ല ഇത്.

നമുക്കാവശ്യം പത്തക്കങ്ങളിൽ ഏതെങ്കിലും ഒരക്കം ഒഴിവാക്കി കിട്ടുന്നതും 11 കൊണ്ട് പൂർണമായി ഹരിക്കാവുന്നതും ആയ ഏറ്റവും ചെറിയ സംഖ്യയും ഏറ്റവും വലിയ സംഖ്യയും ആണ്.

കണ്ടുപിടിക്കാമോ?

42. പുള്ളിപ്പൂച്ചയുടെ സൂത്രം

ചിത്രത്തിൽ പത്ത് പൂച്ചക്കുട്ടികളെ കാണുന്നില്ലേ. അവയെല്ലാം ഒരു വൃത്തത്തിനുള്ളിലാണ്. പൂച്ചക്കുട്ടികൾ തമ്മിൽ ഭയങ്കര കടിപിടി. ശബ്ദമാലിന്യം സഹിക്കാം. ഏറ്റുമുട്ടലിൽ മരണം സംഭവിച്ച് എണ്ണം

കുറഞ്ഞുപോയാലോ എന്നാണ് സൂക്ഷിപ്പുകാരനായ കരിമ്പൻ പൂച്ചയുടെ പേടി. ഏറെ നേരം ആലോചിച്ചു കൊണ്ട് ആ പൂച്ച ഇരുന്നു. എന്തുവഴി? അന്നേരമാണ് കൂട്ടുകാരൻ പുള്ളിപ്പൂച്ച അവിടെ എത്തിയത്. കരിമ്പൻ പ്രശ്നമവതരിപ്പിച്ചു.

"വലിയ വൃത്തത്തിന്നുള്ളിൽ മറ്റു മൂന്നു വൃത്തങ്ങൾ കൂടി വരക്കുക. ആ വരയിലൂടെ മതിലോ മറ്റോ കെട്ടി മറയ്ക്കുക. അന്നേരം പൂച്ചക്കുട്ടികൾ പത്തും ഒറ്റയ്ക്കൊറ്റയ്ക്കാവും.'' എന്തായിരുന്നു പുള്ളിപ്പൂച്ചയുടെ സൂത്രം?

43. ഭൂമി വീതം വെയ്ക്കണം

വയസ്സായപ്പോൾ അയാൾ ആകെയുള്ള സ്വത്ത് മൂന്നു മക്കൾക്കായി ഭാഗിക്കുവാൻ ഒരു ഒസ്യത്ത് എഴുതിവെച്ചു. മൂത്തമകന് 1/3 ഭാഗവും രണ്ടാമത്തെ മകന് 1/4 ഭാഗവും മൂന്നാമത്തെ മകന് 1/5 ഭാഗവും. ആകെ നൂറ് ഏക്കർ സ്ഥലമുണ്ട്. അയാൾ മരിച്ചു. സ്ഥലം ഭാഗം വെയ്ക്കുന്നതിനെക്കുറിച്ച് ആലോചിച്ചു കൊണ്ടിരിക്കുമ്പോൾ അവിവാഹിതനായ മൂന്നാമത്തെ മകൻ പാമ്പു കടിയേറ്റ് മരിച്ചു.

ഒസ്യത്തിനെ മാനിച്ചുകൊണ്ടുതന്നെ ഇനി വസ്തു എങ്ങനെ ഭാഗം വെയ്ക്കും?

44. വക്കീലും സമയവും

ബുദ്ധിമാനും എന്നാൽ അരക്കിറുക്കൻ എന്ന പേരിൽ അറിയപ്പെടുന്നവനുമായ വക്കീൽ രാത്രി സിനിമ വിട്ടിറങ്ങി നടന്നു പോകുമ്പോൾ, എല്ലാം അറിഞ്ഞുകൊണ്ടുതന്നെ, ഒരു രസികൻ ഉത്തരം പ്രതീക്ഷിച്ചുകൊണ്ട്, ഒരു പരിചയക്കാരൻ സമയം എത്രയായി എന്നു ചോദിച്ചു. മറുപടി ചിരിക്കുവാനും ആലോചിക്കുവാനും വക നൽകുന്നതായിരുന്നു. ഇങ്ങനെ:-

"ഉച്ച മുതൽ ഇപ്പോൾ വരെയുള്ള സമയത്തിന്റെ നാലിൽ ഒന്നും ഇപ്പോൾ മുതൽ നാളെ ഉച്ചവരെയുള്ള സമയത്തിന്റെ പകുതിയും കൂടി കൂട്ടിയാൽ ഇപ്പോഴത്തെ കൃത്യസമയം കിട്ടും."

ഇതും പറഞ്ഞ് വക്കീൽ ധൃതിയിൽ നടന്നുപോയി. കേട്ടവരുടെ കൂട്ടത്തിൽ നിങ്ങൾ ഉണ്ടായിരുന്നുവെങ്കിൽ സമയം കണക്കുകൂട്ടിപ്പറയുമായിരുന്നോ?

45. ഇഷ്ടികയുടെ ഭാരം

ലാഭവിലയ്ക്കു കിട്ടിയപ്പോൾ പഴയ ഒരു ത്രാസും കുറച്ച് പടികളും (5 കി.ഗ്രാം, 2 കി.ഗ്രാം, 500 ഗ്രാം, 250 ഗ്രാം എന്നീ തൂക്കക്കട്ടികൾ മാത്രം) അയാൾ വിലയ്ക്കുവാങ്ങി. വീട്ടിൽ വന്നപ്പോൾ ആവശ്യമുള്ള പടികൾ ഇല്ലാത്ത തിനാൽ ഭാര്യയുടെ മുഖം ഇരുണ്ടു കറുത്തു. എന്തൊക്കെയോ പിറുപിറു ക്കുന്നതു കേട്ട് അയാൾ സ്വയം പറഞ്ഞു:

"നമ്മുടെ ആവശ്യത്തിന് ഇതുമതി. അത്യാവശ്യ പടികളൊക്കെയുണ്ട്. തൂക്കം അറിഞ്ഞാൽ മതിയല്ലൊ. ഇതൊക്കെ ധാരാളം മതി" എന്നയാൾ വിധിയെഴുതി. "ഓ! ഒരു ത്രാസും പടിയും" എന്നു പറഞ്ഞ് ഭാര്യ അകത്തേക്കുപോയി.

അയാൾ ഒരു ഇഷ്ടിക എടുത്ത് ത്രാസിന്റെ തട്ടിൽ വച്ചു. 750 ഗ്രാം (അതായത് 3/4 കി.ഗ്രാം) മറ്റേത്തട്ടിൽ വച്ചു. ബാലൻസ് ചെയ്യുന്നില്ല. തൂക്കക്കട്ടികളുടെ കൂടെ മറ്റൊരു ഇഷ്ടികയുടെ 3/4 ഭാഗം കൂടി വെച്ചു. അപ്പോൾ തൂക്കം കൃത്യമായി. മറ്റൊരു അളവുപടി കൂടി ഉണ്ടാക്കിയ സന്തോഷമാണ് അയാൾക്ക്. പെയിന്റും ബ്രഷും എടുത്ത് ഇഷ്ടികയുടെ മുകളിൽ ഭംഗിയിലും വൃത്തിയിലും അതിന്റെ ഭാരം എഴുതി.

ബാക്കി ഓരോ അളവും ഇങ്ങനെ ഉണ്ടാക്കാം എന്നയാൾക്ക് ഉറപ്പായി. ഇഷ്ടികയിൽ പെയിന്റ് കൊണ്ട് എത്ര കിലോഗ്രാം എന്നായിരിക്കും അയാൾ കുറിച്ചിട്ടത്? അതായത് ഈ ഇഷ്ടികയുടെ തൂക്കം എത്ര?

46. ഒന്നു മുതൽ ഒമ്പതുവരെ

1 മുതൽ 9വരെയുള്ള അക്കങ്ങൾ ഉപയോഗിച്ച് ഒരു ഗുണനം നോക്കൂ. അക്കങ്ങളിൽ എല്ലാം ഉപയോഗിക്കണം, ഒരെണ്ണം ഒരിക്കൽ മാത്രം. ഉദാഹരണമായി

$$158 \times 23 = 79 \times 46 \; (= 3634)$$

ഇതുപോലെ ഒരു മൂന്നക്കസംഖ്യയും ഒരു രണ്ടക്ക സംഖ്യയും തമ്മിൽ ഗുണിച്ചുകിട്ടുന്ന ഫലം രണ്ട് രണ്ടക്കസംഖ്യകൾ തമ്മിൽ ഗുണിച്ചു കിട്ടുന്ന ഫലത്തിനു തുല്യമാകണം. 9 അക്കങ്ങളും ഓരോ തവണ മാത്രമെ ഉപയോഗിക്കാവൂ. ഇത്തരം മറ്റുദാഹരണങ്ങൾ കണ്ടു പിടിക്കുവാൻ സാധിക്കുമോ?
അൽപസ്വൽപം വ്യത്യാസത്തോടെ മറ്റൊരു പ്രശ്നം കൂടി പരിഗണിക്കാം.

$$4 \times 1738 = 6952$$

നോക്കുക. ഇവിടെ 1 മുതൽ 9 വരെയുള്ള അക്കങ്ങൾ, ഒരക്കം ഒരിക്കൽ

മാത്രം ഉപയോഗിച്ച ഗുണനമാണുള്ളത്. ഒരക്കവും പിന്നെ ഒരു നാലക്ക സംഖ്യയും തമ്മിൽ ഗുണിച്ചപ്പോൾ ഗുണനഫലമായി, ശേഷിക്കുന്ന നാലക്കങ്ങൾ ഉള്ള സംഖ്യ കിട്ടിയിരിക്കുന്നു. ഇത്തരം മറ്റുദാഹരണങ്ങൾ കണ്ടുപിടിക്കാമോ?

47. ക്രിയ ചെയ്യുക

ഒരിക്കൽ അധ്യാപകൻ ബോർഡിൽ ഇപ്രകാരം ഒരു കണക്കെഴുതി.

$$6 \times 8 \div 12 + 3 \times 24 - 12 \div 6 + 8$$

ക്രിയചെയ്താൽ ഫലം എത്ര എന്നൊരു ചോദ്യവും. കുട്ടികൾ നോട്ടുപുസ്തകം തുറന്ന് പേന എടുത്തപ്പോൾ ഇതാ വരുന്നു ഒരു വിലക്ക്.

മനസ്സിൽ ക്രിയ ചെയ്ത്, ഞാൻ ചോദിക്കുന്ന ആൾ, ഉത്തരം പറഞ്ഞാൽ മതി.

എന്തു ചെയ്യും? ഇത്രയും വലിയ കണക്ക് മനസ്സിൽ ചെയ്താൽ തെറ്റില്ലേ? ഒന്നു ശ്രമിച്ചുതന്നെ നോക്കാം എന്നു കുമാരൻ ഉറപ്പിച്ചു. ശരിയുത്തരം കിട്ടുകയും ചെയ്തു. അതെത്ര?

48. നാൽപ്പത്തി എട്ടിന്റെ കൂട്ടുകാർ

നാൽപ്പത്തി എട്ടാമത്തെ പ്രശ്നം നാൽപ്പത്തി എട്ടിനെപ്പററി തന്നെ. അതിലും ഇല്ലെ ഒരു കുസൃതിത്തരം?

ശരി.

കണക്കുമാഷിന് കുമാരനെ വലിയ ഇഷ്ടമാണ്. മറ്റൊന്നും കൊണ്ടല്ല. അവൻ നന്നായി പഠിക്കും, നല്ലതുപോലെ പെരുമാറും എന്നതുകൊണ്ടൊക്കെ തന്നെ. ടെസ്റ്റ്പേപ്പർ കഴിഞ്ഞപ്പോൾ കുമാരന് 50 ൽ 48 മാർക്കെ കിട്ടിയുള്ളൂ.

സ്റ്റാഫ് റൂമിൽ വിളിച്ച് മാഷ് ഒരുപാട് ചീത്ത പറഞ്ഞു. കുമാരന് അതിയായ സങ്കടവും വന്നു. തിരികെ പോരാറായപ്പോൾ മാഷ് ഇങ്ങനെ പറഞ്ഞു:

"48 മാർക്കല്ലെ കിട്ടിയത്. അടുത്ത തവണ ഒരു മാർക്കുപോലും കുറയരുത്. പിന്നെ, കുമാരൻ ഈ 48 ന്റെ ഒരു പ്രത്യേകത ശ്രദ്ധിച്ചിട്ടുണ്ടോ? രണ്ടു ദിവസം മുമ്പാണത് എന്റെ ശ്രദ്ധയിൽപ്പെട്ടത്."

കുമാരൻ ഉഷാറായി. അവൻ സശ്രദ്ധം കേട്ടു. മാഷ് ഇങ്ങനെ തുടർന്നു:-

"48 നോട് 1 കൂട്ടിയാൽ 49. ഇതൊരു പൂർണവർഗം ആണല്ലോ. അതായത് $7 \times 7 = 49$."

“അതുപോലെ 48ന്റെ പകുതിയോട് 1 കൂട്ടിയാൽ കിട്ടുന്ന 25 ഉം ഒരു പൂർണവർഗമാണ്. അതായത് 5 x 5 = 25.”

കുമാരന് രസം പിടിച്ചു.

‘‘ഇത്തരത്തിലുള്ള പ്രത്യേകത മറ്റ് ഒട്ടേറെ സംഖ്യകൾക്കുണ്ട്. ഇത്തരത്തിലുള്ള മറ്റു മൂന്നു ചെറിയ സംഖ്യകൾ ഏതെന്ന് അറിയാമോ?”

കുമാരന്റെ മുഖഭാവം കണ്ട് മാഷ് “ആലോചിച്ചുനോക്കൂ. നാളെപ്പറഞ്ഞാൽ മതി” എന്നും കൂട്ടിച്ചേർത്തു.

കുമാരന് ഒരെത്തും പിടിയും കിട്ടുന്നില്ല. ഏട്ടനോടു ചോദിച്ചപ്പോൾ “എനിക്ക് പരീക്ഷയാണ്. നിന്റെ ഒരു പസിലും കുന്തവും” എന്നു പറഞ്ഞ് വിരട്ടിവിട്ടു.

പിറ്റേന്ന് മാഷ് തന്നെ ഉത്തരം ക്ലാസ്സിൽ പറഞ്ഞു. എല്ലാവർക്കും നല്ലപോലെ മനസ്സിലാകുകയും ചെയ്തു.

എന്തായിരുന്ന ആ ഉത്തരം.

49. മൂന്നക്കസംഖ്യയിലെ, വികൃതി

കണക്കു മാഷ് ബഹു തമാശക്കാരനാണ്. നന്നായി പഠിപ്പിക്കുകയും ചെയ്യും. അതുകൊണ്ട് കുട്ടികൾക്കെല്ലാം മാഷേയും കണക്കിനേയും ഇഷ്ടമാണ്. പലപ്പോഴും തമാശക്കണക്കുകൾ പറയും. അത്തരം കണക്കിലൂടെ ഗണിത തത്വങ്ങൾ സരളമായി പഠിക്കുവാൻ ശ്രമിക്കുകയും ചെയ്യും.

അന്നും ക്ലാസ്സ് തീരാറായപ്പോൾ മാഷ് പറഞ്ഞു:

“ഒരു എരിപുളി കണക്കു തരട്ടെ” എന്ന്. കാര്യം മനസ്സിലായാൽ കുട്ടികൾ ഒന്നടങ്കം ‘ശരി’ എന്നായി.

“നിങ്ങൾ ഓരോരുത്തരും ആദ്യത്തേതും അവസാനത്തേതും അക്കങ്ങൾ വ്യത്യസ്തമായ ഒരു മൂന്നക്കസംഖ്യ മനസിൽ വിചാരിക്കൂ. വേണമെങ്കിൽ അത് ഒരു തുണ്ടു കടലാസിൽ എഴുതി വെച്ചോളിൻ. ഇനി, ഇപ്പോൾ എഴുതിയ മൂന്നക്കസംഖ്യ തിരിച്ചിടുക. (ഉദാഹരണമായി ആദ്യം വിചാരിച്ച മൂന്നക്കസംഖ്യ 832 ആണെങ്കിൽ, അതു തിരിച്ചിട്ടാൽ 238 കിട്ടും) ഈ രണ്ടു

മൂന്നക്കസംഖ്യകളിൽ വലിയതിൽ നിന്നു ചെറിയത് കുറയ്ക്കുക. ഇങ്ങനെ കിട്ടിയ ഉത്തരത്തിലെ അവസാനത്തെ അക്കം (സംഖ്യയിലെ ഒന്നാം സ്ഥാനത്തുള്ള അക്കം) എന്നോടു പറയൂ. എങ്കിൽ നിങ്ങളുടെ ഉത്തരം - അതും ഒരു മൂന്നക്ക സംഖ്യയാകും - ഞാൻ അങ്ങോട്ടു പറഞ്ഞു തരാം."

കുട്ടികൾ ഉഷാറായി. അധ്യാപകൻ രസക്കയറിന്റെ പിരി ഒന്നുകൂടി മുറുക്കി, പറഞ്ഞു:

"രണ്ടുപേരുടെ ഉത്തരം ഇപ്പോൾ പറഞ്ഞുതരാം. ബാക്കിയുള്ളവരുടേത് നാളെ"

പെൺകുട്ടികളിൽ നിന്ന് ഗീത എഴുന്നേറ്റുനിന്നു പറഞ്ഞു:-

"എന്റെ ഉത്തരത്തിലെ അവസാന അക്കം 2."

"അപ്പോൾ ഗീതക്കു രണ്ടു സംഖ്യകൾ കുറച്ചപ്പോൾ കിട്ടിയ ഉത്തരം 792 അല്ലേ?"

ഗീതയും ചുറ്റുമുള്ളവരും 'അതേ മാഷേ' എന്നു പറഞ്ഞ് കൂക്കിച്ചാടി.

ആൺകുട്ടികളുടെ ഇടയിൽ നിന്ന് കുമാരൻ ചാടിയെണീററ്: 'എന്റേത് 5.'

"അനന്തരം കുമാരൻ ക്രിയ ചെയ്തുകഴിഞ്ഞപ്പോൾ കിട്ടിയ ഉത്തരം അഥവാ സംഖ്യ 495 അല്ലേ?"

അതു ശരിയായിരുന്നു.

ഇതെങ്ങിനെ സാധിക്കുന്നു എന്നായി കുട്ടികൾ

ബെല്ലടിച്ചു.

കണക്കുമാഷിന്റെ ഈ 'സിദ്ധി'ക്കു പുറകിൽ ഉള്ള ഗണിത തത്വം എന്താകാം?

50. നിങ്ങൾ വിചാരിച്ച സംഖ്യ

നിങ്ങൾ വിചാരിച്ച സംഖ്യ ഞാൻ പറയാം. എങ്ങിനെയുണ്ട് പരിപാടി. 'മനസ് വായിക്കൽ' (mind reading) എന്നോ മറ്റോ ഉള്ള ഓമനപ്പേരിട്ടു വിളിച്ചോളൂ. ഇനി പ്രശ്നത്തിലേക്ക്.

നിങ്ങൾ ഒരു സംഖ്യ മനസ്സിൽ വിചാരിച്ചോളൂ.
ഇനി ഞാൻ പറയുന്ന ക്രിയകകൾ ചെയ്യുക.

(i) വിചാരിച്ച സംഖ്യയെ 5 കൊണ്ടു ഗുണിക്കുക
(ii) ഇതിനോട് 6 കൂട്ടുക
(iii) ഇതിനെ 4 കൊണ്ടു ഗുണിക്കുക

(iv) ഇനി 9 കൂട്ടുക

(v) ഇപ്പോൾ കിട്ടിയതിനെ 5 കൊണ്ടു ഗുണിക്കുക. ഇങ്ങനെ കിട്ടിയ ഉത്തരം എന്നോടു പറയുക. അന്നേരം ഈ ഉത്തരത്തിൽ നിന്ന് ഞാൻ 165 കുറച്ച് കിട്ടുന്നതിനെ 100 കൊണ്ട് ഹരിക്കും. അങ്ങനെ കിട്ടുന്നതായിരിക്കും നിങ്ങൾ ആദ്യം വിചാരിച്ചു സംഖ്യ.

ഇതു ശരിയാണോ? എങ്കിൽ എന്തുകൊണ്ട്?

51. മനസ് വായിക്കൽ

മുകളിലെ തമാശക്കണക്ക് വായിച്ചശേഷം ഈ പ്രശ്നം നിർധരിക്കുക. സംഗതി കൂടുതൽ വ്യക്തമാകുവാൻ ഇതു സഹായിക്കും.

നിങ്ങളുടെ സ്നേഹിതൻ മനസിൽ വിചാരിച്ച സംഖ്യ അയാളോട് നിങ്ങൾ പറഞ്ഞുകൊടുക്കുന്ന വിദ്യ ആകയാൽ ആണ് 'മനസ് വായിക്കൽ' എന്ന ശീർഷകം ഇവിടെ കൊടുത്തിരിക്കുന്നത്.

സ്നേഹിതനോട് മനസിൽ ഒരു സംഖ്യ വിചാരിക്കുവാൻ പറയുക. പിന്നീട് അയാളോട് താഴെപ്പറയുന്ന സരള ഗണിത ക്രിയകൾ ചെയ്യുവാൻ പറയുക. കുറെ ചോദ്യങ്ങൾക്ക് കിട്ടിയ ഉത്തരത്തിൽ ചിലത് അയാളോട് ചോദിച്ച് നിങ്ങൾ മനസിലാക്കും. പിന്നീട് ചില ചില്ലറ തിരിമറി നടത്തി സ്നേഹിതൻ വിചാരിച്ച സംഖ്യ നിങ്ങൾക്കു പറയുവാൻ സാധിക്കുന്നു. എങ്ങനെ? നമുക്കു നോക്കാം.

(i) സ്നേഹിതൻ വിചാരിച്ച സംഖ്യയെ ഏതെങ്കിലും ഒരു സംഖ്യകൊണ്ട് (x) ഗുണിക്കുവാൻ പറയൂ. ഈ സംഖ്യ (ഇവിടെ x) അയാൾ നിങ്ങളോട് പറയണം.

(ii) ഈ ഗുണനഫലത്തെ മറ്റൊരു സംഖ്യകൊണ്ട് (y) ഹരിക്കുക. ഇവിടെ y ഏതെന്ന് നിങ്ങളോട് പറയണം.

(iii) മുകളിലെ ഹരണഫലത്തെ z കൊണ്ടു ഗുണിക്കുക. ഇവിടെ z ഉം നിങ്ങളോട് പറയണം.

(iv) ഇപ്പോൾ കിട്ടിയതിനെ p കൊണ്ട് ഹരിക്കുക. p യും നിങ്ങളോട് പറഞ്ഞുതരും.

(v) ഈ ഫലത്തെ ആദ്യം വിചാരിച്ച സംഖ്യകൊണ്ട് ഹരിക്കുവാൻ പറയുക

(vi) ഇപ്പോൾ കിട്ടിയ ഫലത്തോട് ആദ്യം വിചാരിച്ച സംഖ്യ കൂട്ടുവാൻ പറയുക

ഇപ്പോൾ എന്തു കിട്ടി എന്നു ചോദിക്കുക. അന്നേരം സ്നേഹിതൻ ആദ്യം വിചാരിച്ച സംഖ്യ അങ്ങോട്ടു പറഞ്ഞുകൊടുക്കുവാൻ സാധിക്കുന്നു.

എങ്ങനെ?
സുഹൃത്ത് ഓരോ ക്രിയ ചെയ്യുമ്പോഴും x, y, z, p ഇവ എത്രയെന്ന് ചോദിച്ച് കുറിച്ചിടണം. ഇത് അത്യാവശ്യമാണ്. എങ്കിൽ മാത്രമെ സ്നേഹിതൻ വിചാരിച്ച സംഖ്യ അങ്ങോട്ടു പറഞ്ഞുകൊടുക്കുവാൻ നിങ്ങൾക്കു സാധിക്കൂ. അതെങ്ങനെ?

52. ഗൗരവമുള്ള അബദ്ധം

ഒരു പ്രസ്താവന ശ്രദ്ധിച്ചോളൂ. ഞെട്ടരുത്.

"ഏതൊരു സംഖ്യയും ആ സംഖ്യയെക്കാൾ വലുതായിരിക്കും."എന്ത്?

8 എന്ന സംഖ്യ 8 നേക്കാൾ വലുതോ?

അതെ. അതു തന്നെയാണ് പറയുന്നത്. വെറുതയങ്ങു പറയുകയല്ല. ഗണിതപരമായി ഇക്കാര്യം തെളിയിച്ചുതരും. എന്നിട്ടും വിശ്വാസം വരുന്നില്ലേ? എനിക്കാണ് തെറ്റു പറ്റിയത് എങ്കിൽ അക്കാര്യം പറയണം, ചൂണ്ടിക്കാണിച്ചുതരണം. തെറ്റുപറ്റിയാൽ തിരുത്തുകയും ചെയ്യാം. ഇനി കാര്യത്തിലേക്ക്.

a, b ഇവ രണ്ട് ധന (positive) സംഖ്യകൾ ആണെന്നും

$$a > b \quad \ldots\ldots\ldots \quad (1)$$

എന്നും വിചാരിക്കുക. a > b എന്നാൽ "a അധികം b" എന്നാണ്. അതായത് b യെക്കാൾ വലുതാണ് a എന്നർഥം.

(1) ൻെറ ഇരുവശവും b കൊണ്ടു ഗുണിക്കുക:-

$$ab > b^2 \quad \ldots\ldots\ldots \quad (2)$$

ഇരുവശത്തു നിന്നും a^2 കുറയ്ക്കുക

$$ab - a^2 > b^2 - a^2$$

ഇതു ഘടകമാക്കുമ്പോൾ

$$a (b - a) > (b + a) (b - a) \ldots\ldots\ldots (3)$$

ഇരുവശവും (b - a) കൊണ്ട് ഹരിക്കുക:

$$a > b + a \quad \ldots\ldots\ldots \quad (4)$$

b ധന സംഖ്യയാകയാൽ a യെക്കാൾ വലിയ ധനസംഖ്യയാകും അത് എന്ന നിഗമനത്തിൽ നാം ചെന്നെത്തുന്നു. അതായത് a യെക്കാൾ വലിയ സംഖ്യയാണ് a എന്ന്.

തെറ്റുപറ്റിയത് ആർക്ക്?

എനിക്കാണോ?

എങ്കിൽ എവിടെ?

53. ത്രികോണത്തിന്റെ അളവുകൾ

ബോർഡിൽ 3 ത്രികോണങ്ങൾ വരച്ചിരിക്കുന്നു. ഓരോന്നിന്റെയും വിസ്തീർണ്ണം 3360 ച: മീറ്റർ ആണെന്നും തന്നിരിക്കുന്നു. ഒരു ത്രികോണത്തിന്റെ വശങ്ങൾ 48 മീ, 140 മീ, 148 മീ (കർണം). രണ്ടാമത്തേതിന്റെ ഭുജ അളവുകൾ 80 മീ., 84 മീ., 116 മീ. (കർണം) വീതമാണ്. എങ്കിൽ മൂന്നാമത്തെ ത്രികോണത്തിന്റെ വശങ്ങൾ എത്ര വീതം എന്നു കണ്ടുപിടിക്കുക. ത്രികോണങ്ങൾ മട്ട ത്രികോണങ്ങളാണ് എന്ന കാര്യം ശ്രദ്ധിക്കുമല്ലോ. (കാരണം : 48മീ, 140മീ. ആകുമ്പോൾ $48^2 + 140^2 = 148^2$. അതായത് $2304 + 19600 = 21904$. ഇതുപോലെത്തന്നെയാണ് മറ്റു രണ്ടു ത്രികോണങ്ങളും.)

54. കോഴിക്കൂടുകൾ

കോഴിക്കുട്ടികളെ കൂടുകളിൽ ആക്കുന്നതിനെ സംബന്ധിച്ച പ്രശ്നമാണിത്. ചോദ്യത്തിൽ അൽപ്പം കുസൃതിയുണ്ട്. നിർധാരണസമയം അക്കാര്യം കൂടി കണക്കിലെടുക്കണം.

ആകെ 21 കോഴിക്കുട്ടികൾ. അവയെ 4 കൂടുകളിൽ ആക്കണം. ഒരു നിബന്ധന - ഓരോ കൂട്ടിലും ഉള്ള കോഴിക്കൂട്ടികളുടെ എണ്ണം ഒറ്റസംഖ്യ ആയിരിക്കണം.

55. ഗുണനം

മുപ്പതു സെക്കന്റലധികം സമയമെടുക്കാതെ ഈ ക്രിയ ചെയ്യൂ:-

$$9 \times 8 \times 7 \times 6 \times 5 \times 4 \times 3 \times 2 \times 1 \times 0$$

മുപ്പതു സെക്കന്റിലധികം സമയമെടുക്കരുതേ!

56. കളിപ്പാട്ടത്തിന്റെ ഭാരം

ഒരു ഇഷ്ടികയുടെ ഭാരം 4 കി.ഗ്രാം. എല്ലാ അളവുകളും (നീളം, വീതി, ഉയരം ഇവ) നാലുതവണ ചെറിയതായ ഇഷ്ടികാകൃതിയിൽ ഉള്ള കളിപ്പാട്ടത്തിന്റെ ഭാരം എത്രയായിരിക്കും? രണ്ടും ഒരേ വസ്തുകൊണ്ട് നിർമിതമാണ്.

57. ത്രാസും കട്ടകളും

ഒരു ത്രാസും 4 സമചതരുക്കട്ടകളും നിങ്ങളുടെ കൈവശം ഉണ്ടെന്നു വയ്ക്കുക. ചതുരക്കട്ടകൾ എല്ലാം ഒരേ പദാർഥം കൊണ്ട് നിർമിതമാണ്. ഇവയുടെ ഉയരങ്ങൾ 6 സെ.മി., 8 സെ.മീ., 10 സെ.മീ., 12 സെ.മീ., വീതമാണ്. ത്രാസിന്റെ രണ്ടു തട്ടുകളിലായി അവ വെയ്ക്കുക. ത്രാസിന് സന്തുലിതാവസ്ഥ കൈവരണമെങ്കിൽ ഏതെല്ലാം കട്ടകൾ ഓരോ ത്രാസ് പടിയിലും വെക്കണം?

6 ഉം 12 ഉം ഒരു തട്ടിലും 8 ഉം 10 ഉം മറ്റേ തട്ടിലും വെക്കണം എന്ന് പെട്ടെന്നു തോന്നാം.

ഇതുശരിയല്ല. പിന്നെ എന്താണ് വഴി? കട്ടകൾ മുറിക്കുകയും അരുത്.

58. എത്ര വരികൾ

16 കള്ളികളുള്ള ഒരു ബോർഡിൽ ചിത്രത്തിൽ കാണുന്നതുപോലെ 10 നാണയങ്ങൾ നിരത്തിയിരിക്കുന്നു. നാണയങ്ങൾ യോജിപ്പിച്ചു കൊണ്ടുള്ള നേർരേഖകൾ വരയ്ക്കണം. ഓരോ നേർരേഖയിലും ഇരട്ട എണ്ണം നാണയങ്ങൾ ഉണ്ടാവുകയും വേണം. ഇത്തരം എത്ര നേർരേഖകൾ വരയ്ക്കാം.

59. രേഖകൾ മായ്ക്കുക

ചിത്രത്തിൽ 6 ചെറിയ ചതുരങ്ങൾ ഉണ്ടല്ലോ. 5 രേഖകൾ മാറ്റിയാൽ 3 ചതുരങ്ങൾ മാത്രം അവശേഷിക്കണം. എന്താണ് വഴി?

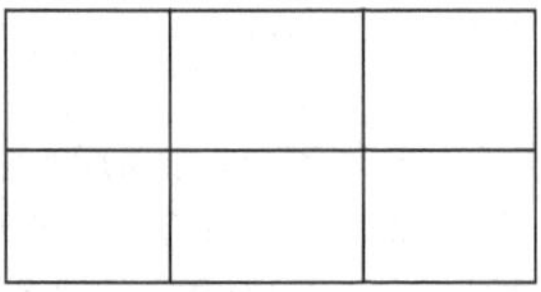

60. ഏതാണ് വലുത്?

സംഖ്യകളുടെ രണ്ടു കോളങ്ങൾ നോക്കൂ. എന്തൊരു ഭംഗി അല്ലേ? അതു ശരി. നമ്മെ സംബന്ധിച്ചിടത്തോളം മറ്റൊന്നാണ് പ്രസക്തം.
ഇടതുവശത്തെ കോളം തലതിരിച്ചിട്ടതാണ് വലതുവശത്തെ കോളം. സംഖ്യകൾ ഇടംവലം തിരിഞ്ഞതുമാണ്.

123456789	1
12345678	21
1234567	321
123456	4321
12345	54321
1234	654321
123	7654321
12	87654321
1	987654321

രണ്ടു കോളങ്ങളും കൂട്ടിയാൽ ഏതായിരിക്കും വലിയ സംഖ്യ? ഒറ്റനോട്ടത്തിൽ പറയണം. അതുകഴിഞ്ഞ് യഥാർഥത്തിൽ ഏതാണ് വലിയത് എന്നറിയുവാൻ കൂട്ടി നോക്കി ബോധ്യപ്പെടാമല്ലോ.

61 സംഖ്യയും തുകയും

ഗണിത പസിലുകളുടെ പുസ്തകം കൈയിൽ കിട്ടിയപ്പോൾ കുമാരൻ ആർത്തിയോടെ പല പസിലുകളും വായിച്ചുനോക്കി. എന്തു രസം. പിടികിട്ടാത്ത ഒട്ടേറെ പ്രശ്നങ്ങളുണ്ടെങ്കിലും പലതും ബഹുരസികന്മാരാണ്.

അപ്പോഴേ തോന്നി, ഏറ്റവും കൊള്ളാവുന്ന ഒരെണ്ണം, വെള്ളം പോലെ പഠിച്ച് നാളെ ഉച്ചക്ക് ക്ലാസിൽ അവതരിപ്പിക്കണം. അതുപോലെ ചെയ്യുകയും ചെയ്തു.

ക്ലാസ്റൂമിൽ മിക്കവരും ഊണ് കഴിഞ്ഞ് സമ്മേളിച്ചിരിക്കുന്നു. പുറത്ത് മഴ ശക്തിയിൽ പെയ്യുന്നതുകൊണ്ട് കുട്ടികൾ ക്ലാസ് മുറി ശരണം തേടി.

സ്റ്റേജിൽ കയറി നിന്ന് കുമാരൻ ഇങ്ങിനെ പറഞ്ഞു:-

"നിങ്ങൾ ഏതെങ്കിലും രണ്ടു സംഖ്യകൾ എഴുതുക. അതിന്റെ കൂടെ ഞാൻ മൂന്നാമതൊരു സംഖ്യ എഴുതി ഈ മൂന്നു സംഖ്യകളുടെയും തുക ഞൊടിയിടകൊണ്ട് പറയാം."

"ഉദാഹരണമായി നിങ്ങൾ

72603294
51273081

എന്നീ രണ്ടു സംഖ്യകൾ എഴുതി എന്നു കരുതിക്കോളൂ. ഞാൻ മൂന്നാമത്തെ സംഖ്യകൂടി എഴുതി ഈ മൂന്നു സംഖ്യകളുടെയും സങ്കലനഫലം നിമിഷനേരം കൊണ്ട് പറഞ്ഞുതരാം. ആ സംഖ്യക്കും ഒരു പ്രത്യേകത കാണാം."

“നിനക്കതും അതിലപ്പുറവും പറ്റും. നീ കണക്കിൽ കാലനാണല്ലോ” മറ്റൊരു കുട്ടി അഭിപ്രായപ്പെട്ടു.

“അങ്ങനെ ഒന്നും ഇല്ല. വളരെ ലളിതമായ ഒരു പ്രശ്നമാണിത്. ചെറിയ ഒരു കാര്യം മാത്രം ഓർമയുണ്ടായാൽ മതി”- കുമാരൻ

എന്തായിരിക്കാം കുമാരന്റെ ലളിതസൂത്രം. കുമാരൻ എഴുതുന്ന മൂന്നാമത്തെ സംഖ്യക്ക് എന്തെങ്കിലും പ്രത്യേകത ഉണ്ടോ?

62. ഏതു കൈയിൽ?

ഒരു ദിവസം കുമാരനെ ഏട്ടൻ വിളിച്ച് ഒരു കുസൃതികണക്ക് പറഞ്ഞുകൊടുത്തു. അതിപ്രകാരം ആയിരുന്നു:-

ഏട്ടൻ ഒരു 10 പൈസ തുട്ടും ഒരു 5 പൈസ തുട്ടും കുമാരനു കൊടുത്ത് ഇങ്ങനെ പറഞ്ഞു:-

‘‘ഓരോ നാണയത്തുട്ടും നിനക്കിഷ്ടമുള്ള കൈയിൽ വെച്ചുകൊള്ളൂ. ഓരോന്നും ഏതു കൈയിൽ എന്ന് ഞാൻ പറയാം.”

നല്ല വിദ്യ എന്നു കുമാരനു തോന്നി.

‘‘ഞാൻ ചോദിക്കുന്നതിന് നീ ഉത്തരം പറയണം’’ എന്ന ഏട്ടന്റെ നിബന്ധനക്കും അവൻ വഴങ്ങി.

“വലത്തെ കൈയിലുള്ള നാണയത്തിന്റെ മൂല്യത്തെ 3 കൊണ്ടു ഗുണിക്കുക. ഇടതുകൈയിലുള്ള നാണയത്തിന്റെ മൂല്യത്തെ 2 കൊണ്ടു ഗുണിക്കുക. ഗുണനഫലം രണ്ടും കൂട്ടുക. ഈ തുക ഇരട്ടയെങ്കിൽ 10 പൈസ നാണയം വലതുകൈയിൽ ആയിരിക്കും. ഒറ്റയാണെങ്കിൽ ഈ 10 പൈസ നാണയം ഇടതു കൈയിലും ആയിരിക്കും.”

കുമാരൻ മനസ്സിൽ 3 ഇരട്ടിയും 2 ഇരട്ടിയും ആക്കി കൂട്ടി 5 പൈസ നാണയവും 10 പൈസ നാണയവും ഏതേതു കൈകളിൽ ആണെന്നു ബോധ്യപ്പെട്ടു.

സംഗതി ബോധ്യമായപ്പോൾ ഈ സൂത്രത്തിന്റെ പുറകിൽ ഉള്ള തത്വം ഏത് എന്നായി അവന്റെ അന്വേഷണം.

ഏട്ടനാണെങ്കിൽ അതു പറഞ്ഞുകൊടുക്കുന്നുമില്ല.

നിങ്ങൾക്ക് കുമാരനെ സഹായിച്ചുകൂടെ?

63. ഇരുപത്

$$1+1+3+5 = 10$$
$$1+1+1+7 = 10$$
$$1+3+3+3 = 10$$

എന്നത് ശ്രദ്ധിക്കുക. ഇവിടെയെല്ലാം 4 ഒറ്റസംഖ്യകൾ കൂട്ടിയപ്പോൾ തുക 10 കിട്ടി. നാല് ഒറ്റസംഖ്യകൾ കൂട്ടുമ്പോൾ 10 കിട്ടുന്ന 3 മാർഗങ്ങൾ മാത്രമെയുള്ളൂ. സംഖ്യകളുടെ ക്രമം മാറ്റി കൂട്ടുന്നത് ഒരു പുതിയ നിർധാരണമായി കണക്കാക്കുവാനാവില്ലല്ലോ. ഇതുപോലെ 8 ഒറ്റസംഖ്യകൾ കൂട്ടിയാൽ തുക 20 കിട്ടും. ഇത്തരം പതിനൊന്നു നിർധാരണങ്ങളും ഉണ്ട്. അവ ഏവ?

64. കാറിന്റെ വേഗത

ഗണിത പ്രൊഫസർ കാർ ഓടിച്ചു പോകുകയായിരുന്നു. പെട്ടെന്ന് ഒരു പെട്രോൾ പമ്പ് ദൃഷ്ടിയിൽ പെട്ടു. ഉടൻ അവിടെ കയറി. വെറുതെ ഓഡോമീറ്റർ നോക്കിയപ്പോൾ കാർ കൃത്യം 15951 കി.മീ. ഓടിയിരിക്കുന്നു. ഗണിത പ്രൊഫസർ അല്ലേ, അതിനാൽ ഒരിക്കൽ കൂടി ഓഡോമീറ്റർ നോക്കി സംഖ്യ ശ്രദ്ധിച്ചു.

എന്തൊരു പ്രത്യേകത!

സംഖ്യ മറിച്ചിട്ടാലും ഓടിയദൂരം മാറുകയില്ല. സംഖ്യയിലെ ആദ്യവസാനം 1. രണ്ടും നാലും സ്ഥാനത്ത് 5. മധ്യത്തിൽ 9 ഉം.

പെട്രോൾ അടിച്ച്, വളവും തിരിവും ഉള്ള റോഡാണെങ്കിലും , സാമാന്യം നല്ലവേഗത്തിൽ പ്രൊഫസർ കാർ ഓടിച്ചു കൃത്യം രണ്ടു മണിക്കൂർ കഴിഞ്ഞപ്പോൾ ഓഡോമീറ്ററിൽ ഇതേ പ്രത്യേകതയുള്ള അടുത്ത സംഖ്യ പ്രത്യക്ഷപ്പെട്ടു.

എങ്കിൽ കാറിന്റെ വേഗത എത്ര?

65. ഏത് ചിഹ്നം

അധ്യാപകൻ ബോർഡിൽ 2 3 എന്നീ രണ്ട് അക്കങ്ങൾ എഴുതി, ഇപ്രകാരം പറഞ്ഞു:

"ഇതിലെ രണ്ടക്കളാണല്ലോ 2 ഉം 3 ഉം. ഈ രണ്ട് അക്കങ്ങൾക്കിടയിൽ ഒരു ചിഹ്നം എഴുതിയാൽ (ഇട്ടാൽ) കിട്ടുന്ന സംഖ്യ 2നും 3നും ഇടയിൽ മൂല്യമുള്ളതായിരിക്കും." ഏതാണീ ചിഹ്നം? പ്രസ്തുത സംഖ്യ ഏത്?

66. ആ സംഖ്യ ഏത്?

ഒരേ അക്കങ്ങളുള്ള ഒരു രണ്ടക്ക സംഖ്യയെ 99 കൊണ്ട് ഗുണിക്കുന്നു. ഗുണനഫലം ഒരു നാലക്കസംഖ്യയാണല്ലോ. ആ സംഖ്യയുടെ മൂന്നാമത്തെ (പത്താം സ്ഥാനത്തേത്) അക്കം 5 ആണെങ്കിൽ സംഖ്യ എത്ര?

67. സൈക്കിൾക്കാരനു മുട്ടയും

ഒരാൾ സൈക്കിളിൽ ഒരു കുട്ട മുട്ട കെട്ടിവച്ച് യാത്ര ചെയ്യുകയായിരുന്നു. നല്ല തിരക്കുള്ള റോഡ്. ഒരു കാർ നമ്മുടെ മുട്ടസൈക്കിളിൽ ഒന്നു മുട്ടി. വലിയ ആൾ അപായമൊന്നും ഉണ്ടായില്ല എങ്കിലും മുട്ട മുഴുവൻ റോഡിൽ വീണ് പൊട്ടി ഒലിച്ചു. സാമാന്യമര്യാദ ഓർത്ത് കാർ ഡ്രൈവർ മുട്ടക്കാരന് മുട്ടയുടെ വില കൊടുക്കാം എന്നു സമ്മതിച്ചു. പക്ഷേ ആകെ എത്ര മുട്ട ഉണ്ടായിരുന്നു എന്നിറിയേണ്ടേ? അതുമാത്രം മുട്ടക്കാരന് അറിയില്ല എന്തു ചെയ്യാം.

പക്ഷേ അയാൾ പറഞ്ഞു:- "ആകെയുള്ള മുട്ടയെ 2, 3, 4, 5, 6 ഇവ കൊണ്ട് ഹരിച്ചാൽ എല്ലായ്പോഴും ഒരു മുട്ട ബാക്കിയാകും. പക്ഷേ ഏഴു മുട്ടകൾ വീതം കുട്ടയിലെ മുട്ടകളെ ഭാഗിച്ചാൽ ഒന്നും ബാക്കിയാവില്ല."

എങ്കിൽ അയാളുടെ കുട്ടയിൽ എത്ര മുട്ട ഉണ്ടായിരുന്നു?

അവിടെ കൂടിയവരിൽ ഒരാൾ ഈ പ്രശ്നത്തിന്നൊരു പരിഹാരം കണ്ടെത്താം എന്നു പറഞ്ഞു.
എന്തായിരിക്കും അത്?

68. ഒരു പ്രത്യേക സംഖ്യ

ഒട്ടേറെ സവിശേഷതകളുള്ള ഒരു മൂന്നക്ക സംഖ്യയാണ് ഇത്. ഈ സംഖ്യയിൽ നിന്ന് 7 കുറച്ചാൽ കിട്ടുന്ന സംഖ്യയെ 7 കൊണ്ടും, 8 കുറച്ചാൽ കിട്ടുന്ന സംഖ്യയെ 8 കൊണ്ടും ഹരിക്കാവുന്നതാണ്.

ഏതാണീ സവിശേഷസംഖ്യ?

69. കുട്ടികളും പട്ടികളും.

സന്ധ്യാസമയം

മുറ്റത്ത് ഏതാനും കുട്ടികളും പട്ടികളും കളിക്കുന്നു. പട്ടികളെ കെട്ടഴിച്ച് വ്യായാമം കൊടുക്കുന്ന സമയമാണ്. കോളനിയിലെ മിക്കവാറും 'ഓമന'കളും പ്രൊഫസറുടെ വീട്ടുമുറ്റത്തുണ്ടാവും. നാലുസെന്റ് മുറ്റമുള്ള കോളനിയിലെ ഏക വീടാണല്ലോ പ്രൊഫസറുടേത്.

പ്രൊഫസർ ഇളയ മകനെ വിളിച്ച് പറഞ്ഞു:-

"ഈ മുറിയുടെ ജനാലയിലൂടെ നോക്കിയാൽ നമ്മുടെ മുറ്റത്ത് 21 തലകളും 70 കാലുകളും കാണുന്നു. എങ്കിൽ മുറ്റത്ത് എത്ര പട്ടികളും എത്ര കുട്ടികളും ഉണ്ടെന്നു പറയാമോ?"

വിവിധ സാധ്യതകൾ എടുത്തു നോക്കി മകൻ ശരിയുത്തരം അച്ഛനു നൽകി. എന്തായിരുന്നു അത്?

70. ക്ലോക്കിനെ ഭാഗിക്കൽ

സ്കൂളിലെ പഴയ ക്ലോക്കിന്റെ കാര്യം പറയുകയായിരുന്നു കണക്കുമാഷ്. 1 മുതൽ 12 വരെ എഴുതിയ, ക്ലോക്കിലെ വൃത്താകൃതിയിലുള്ള ഡയൽ, അദ്ദേഹം ബോർഡിൽ പകർത്തി. കുട്ടികൾ അതുപോലുള്ള ചിത്രം നോട്ടുപുസ്തകത്തിലും വരച്ചു. ഈ ഡയലിനെ മൂന്നു ഭാഗങ്ങളാക്കി വിഭജിക്കണം.

നിബന്ധന:- ഓരോ ഭാഗത്തുമുള്ള സംഖ്യകൾ കൂട്ടിയാൽ ഒരേ സംഖ്യ ലഭിക്കണം. ഇതാണ് പ്രശ്നം.
എന്താണ് പോംവഴി.
നാലും ആറും ഭാഗങ്ങളാക്കി ഭാഗിക്കുമ്പോൾ ഈ നിബന്ധന അനുസരിക്കുവാൻ സാധിക്കുമോ? കുട്ടികൾ ശ്രമം തുടങ്ങി. കൂടെ നിങ്ങളും എന്നു കരുതിക്കോളൂ.

എന്തായിരിക്കും ഉത്തരം?

71. ശരിയുത്തരം എത്ര?

ഒരു പരീക്ഷ. അതിൽ ആകെ 24 ചോദ്യങ്ങൾ ഉണ്ടായിരുന്നു. ഉത്തരം "ശരി/തെററ്" രീതിയിൽ ആണുതാനും. 'ശരി' ഉത്തരത്തിന് 5 മാർക്ക്. പക്ഷേ

ഉത്തരം തെറ്റിയാൽ 7 മാർക്ക് കുറയ്ക്കും. വേണമെങ്കിൽ ചോദ്യം ശ്രമിക്കാതെ വിടാം. അന്നേരം മാർക്ക് കൂടുകയും കുറയുകയും ഇല്ല.

എല്ലാ ചോദ്യത്തിനും ഉത്തരം എഴുതിയ കുട്ടിക്ക് അവസാനം പൂജ്യം മാർക്കാണ് കിട്ടിയത് എങ്കിൽ എത്ര എണ്ണം ശരി ആയിരുന്നു?

72. വരന്റെ ശമ്പളം

പെണ്ണുകാണാൻ ചെന്നപ്പോൾ ഗണിത പ്രൊഫസർ കൂടിയായ പെൺകുട്ടിയുടെ അച്ഛന് ചെറുക്കന് എത്ര ഉറുപ്പിക ശമ്പളം കിട്ടും എന്നറിയണം.

അദ്ദേഹം എല്ലാവരും കേൾക്കെ, അതങ്ങു ചോദിക്കുകും ചെയ്തു. നാലഞ്ചുപേരുടെ മുന്നിൽ വെച്ച് തന്റെ ശമ്പളക്കാര്യം ഇങ്ങനെ പരസ്യമായി ചോദിച്ചത് ചെറുക്കന് അത്ര പിടിച്ചില്ല. മറ്റാർക്കും മനസിലാകാതിരിക്കാൻ അയാൾ ഇങ്ങനെ ഉത്തരം നൽകി:-

ഒന്നുമുതൽ പത്തുവരെയുള്ള ഏതു സംഖ്യകൊണ്ടും വിഭജിക്കാവുന്ന ഏറ്റവും ചെറിയ സംഖ്യ.

പ്രൊഫസർക്ക് പയ്യന്റെ ശമ്പളം എത്ര എന്നു മനസിലായി.

നിങ്ങൾക്കോ?

73. ചതുരങ്ങൾ

മൂന്നു ചതുരം വരയ്ക്കുവാൻ സാധാരണ രീതിയിൽ 4 x 3 = 12 നേർരേഖ വേണമല്ലോ. പക്ഷേ എട്ടു നേർരേഖകളെ തന്നിട്ടുള്ളൂ എങ്കിലോ? വ്യത്യസ്തങ്ങളായ മൂന്നു ചതുരങ്ങൾ വരയ്ക്കാമോ?

74. വലിയത് ഏത്?

സംഖ്യകളുടെ മൂലം (root) കാണുവാൻ അറിയാമല്ലോ. 4 ന്റെ വർഗമൂലമാണ് 2; 27 ന്റെ മൂന്നാം മൂലമാണ് 3; 625 ന്റെ നാലാം മൂലമാണ് 5.
സംഖ്യകളുടെ മൂലവുമായി ബന്ധപ്പെട്ട ഒരു പ്രശ്നമാണിത്.

ഒറ്റനോട്ടത്തിൽ ഒരുത്തരം നൽകുക പ്രയാസമാണ്. 'ശരി'യാകാനുള്ള

സാധ്യത രണ്ടിനും ഉണ്ട് എന്ന് തോന്നിപ്പിക്കും. അൽപം ശ്രമിച്ചാൽ 'കള്ളി' വെളിച്ചത്താകും.

4 ന്റെ നാലാം മൂലമാണോ 7 ന്റെ ഏഴാം മൂലമാണോ വലിയത്?

75. ചോദ്യങ്ങൾ കണ്ടുപിടിക്കാമോ?

ഇതെന്തു തമാശ എന്നു തോന്നുന്നുണ്ടോ?
ശരിയാണ്. പതിവിനു വിപരീതമാണിവിടെ. സാധാരണ ഉത്തരമാണ് കണ്ടുപിടിക്കേണ്ടിവരിക.

ഇവിടെ ചോദ്യം കണ്ടുപിടിക്കാനാണ് ചോദ്യം.

കൂട്ടുകാരനോട് 1 മുതൽ 1000 വരെയുള്ള ഒരു സംഖ്യമനസിൽ വിചാരിക്കുവാൻ പറയുക. അയാൾ 'വിചാരിച്ചു' എന്നു ഇരിക്കട്ടെ.

അയാളോട് നിങ്ങൾ 10 ചോദ്യങ്ങൾ ചോദിക്കുക. പത്തേ പത്തു ചോദ്യങ്ങൾ മാത്രം. അവയ്ക്ക് അയാൾ 'അതെ', 'അല്ല'എന്നതിൽ ഏതെങ്കിലും ഒരു ഉത്തരം മാത്രം നൽകിയാൽ മതി. ഉത്തരങ്ങൾ ലഭിച്ചുകഴിഞ്ഞാൽ കൂട്ടുകാരൻ വിചാരിച്ച സംഖ്യ ഏതെന്നു നിങ്ങൾക്കു പറയുവാൻ പറ്റും. എങ്കിൽ ചോദിക്കേണ്ട ആ പത്ത് ചോദ്യങ്ങൾ ഏവ?

76. പതിനഞ്ചു കിട്ടുവാൻ

ചിത്രത്തിലെ കള്ളികളിൽ 1 മുതൽ 9 വരെയുള്ള അക്കങ്ങൾ എഴുതുക. രണ്ടു നിബന്ധനകൾ പാലിക്കണം. (i) കോണോടുകോണായോ കുത്തനെയോ വിലങ്ങനെയോ കൂട്ടിയാൽ 15 കിട്ടണം. (ii) ഒരക്കം ഒരു തവണയേ ഉപയോഗിക്കാവൂ. എല്ലാ അക്കങ്ങളും ഉപയോഗിക്കുകയും വേണം.

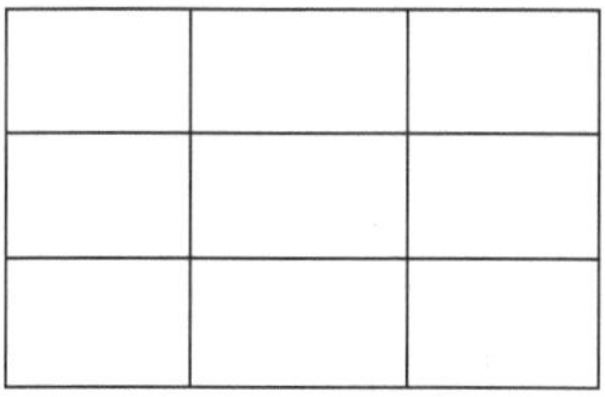

77. ത്രികോണം

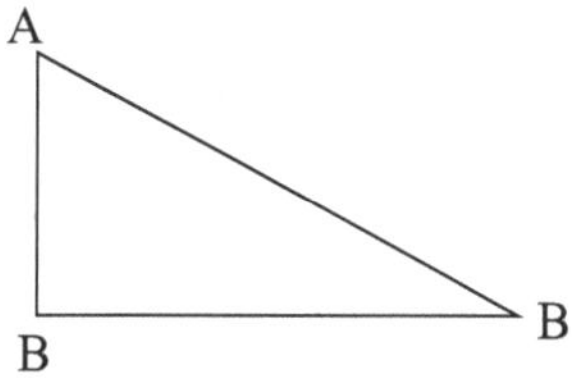

ABC എന്ന ത്രികോണതിതന്റെ മൂലകളായ A യിൽ 1; B യിൽ 2; C യിൽ 3 എന്നീ സംഖ്യകൾ എഴുതിയിരിക്കുന്നു. ഓരോ ഭുജത്തിലും എഴുതിയ സംഖ്യകൾ

കൂട്ടിയാൽ 17 കിട്ടത്തക്കവിധം 4, 5, 6, 7, 8, 9 എന്നീ സംഖ്യകൾ ത്രികോണത്തിന്റെ മൂന്നു ഭുജങ്ങളിലായി എഴുതാമോ?

78. മൂല്യം എത്ര?

$8^m = 32$ എങ്കിൽ m ന്റെ മൂല്യം എത്ര? സൂചന: ലോഗരിത പട്ടികയും മറ്റും ആവശ്യമില്ല.

79. ഹരണഫലം

ഈ ചോദ്യത്തിനുത്തരം എത്രയും വേഗം പറയുവാൻ പറ്റുമോ അത്രയും മിടുക്കനായിരിക്കും നിങ്ങൾ എന്നാണ് വിധിയെഴുത്ത്.
987654312 നെ 8 കൊണ്ട് ഹരിച്ചാൽ എന്തു കിട്ടും?

80. കള്ളികളിലെ സംഖ്യകൾ

ചിത്രത്തിലെ കള്ളികളിൽ 1, 2, 3, 10, 11, 12, 19, 20, 21 എന്നീ സംഖ്യകൾ ഓരോന്ന് ഓരോ തവണ എഴുതുമ്പോൾ കുത്തനെയോ വിലങ്ങനെയോ കോണോടുകോണായോ കൂട്ടിയാൽ തുക 33 കിട്ടണം. ഓരോ കള്ളിയിലും ഏതേത് സംഖ്യകൾ എഴുതണം?

81. നാലക്ക സംഖ്യ

ഒരു നാലക്കസംഖ്യ. ഇതിലെ അവസാനത്തെ (ഒന്നാം സ്ഥാനം) അക്കം ആദ്യ അക്കത്തിന്റെ (ആയിരംസ്ഥാനത്തെ) ഇരട്ടിയാണ്. രണ്ടാമത്തെ (പത്താം സ്ഥാനം) അക്കം മൂന്നാമത്തെ (നൂറാം സ്ഥാനം) അക്കത്തിൽ നിന്നു മൂന്നു കുറഞ്ഞതാണ്. ആദ്യ അക്കവും അവസാന അക്കവും കൂട്ടിയാൽ മൂന്നാമത്തെ അക്കത്തിന്റെ ഇരട്ടി കിട്ടും.

എങ്കിൽ ആ സംഖ്യ എത്ര?

82. വിട്ട സംഖ്യ ഏത്?

എട്ടു കള്ളികളുള്ളതിൽ ഏഴിലും സംഖ്യകൾ ഉണ്ട്. വിട്ട കള്ളിയിലെ സംഖ്യ ഏത്?

628	401		231
862	140	990	123

83. ഹരണവും ശിഷ്ടവും

3000 ത്തിൽ കുറവായ ഒരു സംഖ്യയുണ്ട്. ഇതിനെ:-

2 കൊണ്ട് ഹരിച്ചാൽ ശിഷ്ടം		1
3	"	2
4	"	3
5	"	4
6	"	5
8	"	7
9	"	8
10	"	9

എങ്കിൽ സംഖ്യ ഏത്?

84. സരളപ്രശ്നം

വളരെ സരളമായ ചോദ്യമാണിത്. നോക്കൂ:
ഏതു രണ്ട് സംഖ്യകൾ തമ്മിൽ ഗുണിച്ചാൽ (ഭിന്നിതം ഒഴിവാക്കുക) ഉത്തരം 7 ലഭിക്കും?

85. മൂന്നു കുറ്റികൾ

സംഖ്യകൾ എഴുതിയിട്ടുള്ള കട്ടകൾ കൊണ്ട് മൂന്നു കുറ്റികൾ ഉണ്ടാക്കിയിരിക്കുന്നു. ഓരോ കുറ്റിയിലും മൂന്നു കട്ടകൾ വീതം.

I	II	III
7	8	10
9	10	7
8	7	9

ഒന്നാമത്തെ കുറ്റിയിലെ കട്ടകളിൽ നിന്നു തിരഞ്ഞെടുത്ത ഒരു കട്ടയിലെ സംഖ്യയും രണ്ടാമത്തെ കുറ്റിയിലെ കട്ടകളിൽ നിന്നു തിരഞ്ഞെടുത്ത ഒരു കട്ടയിലെ സംഖ്യയുടെ ഇരട്ടിയും, മൂന്നാമത്തെ കുറ്റിയിലെ കട്ടകളിൽ നിന്നു തിരഞ്ഞെടുത്ത ഒരു കട്ടയിലെ സംഖ്യയുടെ മൂന്നിരട്ടിയും കൂടി കൂട്ടിയാൽ 50 കിട്ടത്തക്കവിധം ഓരോ കുറ്റിയിൽ നിന്നും ഓരോ കട്ടകൾ തിരഞ്ഞെടുക്കാമോ?

86. പൂജ്യങ്ങൾ

ഇതാ അഞ്ചു സംഖ്യകൾ; കാണാൻ ചന്തമുള്ള സംഖ്യകൾ

111 +
333
555
777
999

ഇവ കൂട്ടിയാൽ ഒരു തുക കിട്ടും. അത് എന്തും ആകട്ടെ. ഇവിടെ ചോദ്യം മറ്റൊന്നാണ്. ആകെയുള്ള 15 അക്കങ്ങളിൽ ഒമ്പതെണ്ണം പൂജ്യമാക്കിയ ശേഷം കൂട്ടിയാൽ തുക 1111 കിട്ടും. ഏതെല്ലാമാണ് പൂജ്യമാകേണ്ടത്?

87. മൂന്നക്കസംഖ്യ

ഒരു മൂന്നക്കസംഖ്യയുണ്ട്. അതിനെ 4 കൊണ്ടു ഗുണിച്ചാൽ ഉത്തരം 5 കിട്ടും. പ്രസ്തുത മൂന്നക്കസംഖ്യ ഏത്?

88. മാറിയ സംഖ്യകൾ

ചതുരക്കള്ളികളിലെ സംഖ്യകൾ നോക്കുക. വരി വഴി, കോളം വഴി, കോണോടുകോൺ കൂട്ടിയാൽ തുക 34 കിട്ടണം. പക്ഷേ രണ്ട് കള്ളിയിലെ സംഖ്യകൾ മാത്രം പരസ്പരം മാറിക്കിടക്കുന്നു.
അവ ഏവ?

16	3	2	13
5	10	11	8
9	6	12	7
4	15	14	1

89. മൂന്ന് ഒന്നുകൾ

മൂന്ന് 1 ഉപയോഗിച്ച ഏറ്റവും വലിയ സംഖ്യ 111 ആണല്ലോ. ഏറ്റവും ചെറിയ സംഖ്യ ഏത്? ഒരുനിബന്ധന കൂടി ഉണ്ട്: ഗണിത ചിഹ്നങ്ങൾ + , - തുടങ്ങിയവ ഉപയോഗിക്കരുത്.

90. ഒറ്റ സംഖ്യകൾ

സർവവും സംഖ്യാമയം എന്നുവരെ പറഞ്ഞ ഗണിതശാസ്ത്രജ്ഞർ ഉണ്ട്. സംഖ്യകൾ ആകട്ടെ പലതരത്തിൽ ഉണ്ട്. അക്കൂട്ടത്തിൽ ഒന്നാണ് ഒറ്റസംഖ്യകൾ.

ഒറ്റസംഖ്യകളെക്കുറിച്ച കാര്യമായതിനാൽ ഇത്രയും പറഞ്ഞു എന്നുമാത്രം. ഇനി നമ്മുടെ പ്രശ്നം:-
തുടർച്ചയായ 4 ഒറ്റ സംഖ്യകളുടെ തുക 80 ആണെങ്കിൽ പ്രസ്തുത സംഖ്യകൾ ഏവ? മനസിൽ കണക്കു കൂട്ടി പറയാമോ?

91. ഇരട്ട പ്രസവം

ഒരു സ്ത്രീ പ്രസവിച്ചപ്പോൾ സംജാതമായ പ്രശ്നത്തിലേക്കാണ് നമുക്ക് കടന്നു ചിന്തിക്കേണ്ടത്. അതും പ്രസവം ഇരട്ടയായ അവസ്ഥ. ശ്രമിച്ചുനോക്കുകയല്ലേ?

ഹൃദ്രോഗം കാരണം ചെറുപ്പമായ ഭർത്താവ് മരിക്കുമ്പോൾ ഭാര്യ പൂർണഗർഭിണിയാണ്. ആദ്യപ്രസവവും. ഭർത്താവിന്റെ 'മരണപത്ര' പ്രകാരം ബാങ്കിൽ കിടക്കുന്ന സ്ഥിരനിക്ഷേപമായ 35000 രൂപ ജനിക്കുവാൻ പോകുന്ന കുട്ടിക്കും ഭാര്യക്കും ആയി താഴെ പറയുംപ്രകാരം വീതിക്കണം:

പ്രസവിക്കുമ്പോൾ ആൺകുട്ടി ആണെങ്കിൽ ഈ നിക്ഷേപ തുകയിൽ ആ കുട്ടിക്കു കിട്ടുന്നതിന്റെ പകുതിയും; പെൺകുട്ടിയാണെങ്കിൽ ആ കുട്ടിക്കു കിട്ടുന്നതിന്റെ ഇരട്ടിയും ഭാര്യക്കു കൊടുക്കണം.
നമ്മുടെ കഥാനായിക പ്രതീക്ഷിച്ച ദിവസം തന്നെ പ്രസവിച്ചു - ഒരാൺകുട്ടിയും ഒരു പെൺകുട്ടിയും. ആരോഗ്യമുള്ള ഇരട്ടകൾ. ബാങ്ക് നിക്ഷേപം എങ്ങിനെ വീതിച്ചുകൊടുക്കും?

92. ബൈൻഡിങ്ങ് കൂലി

പഠിച്ചവളെങ്കിലും അയാളുടെ ഭാര്യയ്ക്ക് വിവരം കുറവാണ്. ഒരു ദിവസം റോഡ്‌വയ്ക്കിലെ, പഴയ ഗ്രന്ഥങ്ങൾ വിൽക്കുന്നിടത്തു നിന്നു അയാൾ ഒരു പുസ്തകം വാങ്ങി. വീട്ടിൽ വന്നു അതു മറിച്ചുനോക്കുന്നതു കണ്ടപ്പോൾ ഭാര്യ ഒന്നും പറഞ്ഞില്ല. മുഖഭാവം കണ്ടാൽ അറിയാം അവളുടെ നീരസം. അയാൾ അത് കണ്ടതായി ഭാവിച്ചതേയില്ല.

രണ്ടുദിവസം കഴിഞ്ഞ് അതേ ഗ്രന്ഥം വൃത്തിയായി ബൈൻഡ് ചെയ്ത് അതുമായി അയാൾ വന്നു.

"കീറപ്പുസ്തകം വാങ്ങിയതു പോകട്ടെ; ബൈൻഡിങ്ങിനും കാശു മുടക്കണോ"- ഭാര്യയുടെ പ്രതിഷേധം അണപൊട്ടി.

"പുസ്തകത്തിനും ബൈൻഡിങ്ങിനും കൂടി രണ്ടര രൂപയെ ആയുള്ളൂ."

ആത്മഗതം എന്ന കണക്കെ അയാൾ തുടർന്നു:

"ബൈൻഡിങ്ങ് കൂലിയെക്കാൾ രണ്ടുരൂപ കൂടുതലാണ് പുസ്തകത്തിന്റെ വില."

"ഈ കീറപ്പുസ്തകം ബൈൻഡ് ചെയ്യുവാൻ അമ്പതു പൈസയോ?"- ഭാര്യ കലിതുള്ളി.

"നീ പോയി കണക്കു പഠിച്ചുവാ! എന്നിട്ടാകട്ടെ എന്റെ നേരെയുള്ള ഈ "ചാട്ടം" - അയാൾ കിട്ടിയ സന്ദർഭം ഉപയോഗിച്ചു. ഭാര്യയ്ക്കു തെറ്റു പറ്റിയോ? ബൈൻഡിങ്ങ് കൂലി എത്രയായിരിക്കും? പുസ്തകവില എന്താകും?

93. എത്ര കുട്ടികൾ?

ഒരു പ്രത്യേക കളിക്കായി ഏതാനും കുട്ടികൾ സ്കൂൾ ഗ്രൗണ്ടിൽ അണിനിരന്നു, ഇങ്ങിനെ:-

ഒരു കുട്ടിയുടെ മുന്നിൽ രണ്ടുപേർ

ഒരു കുട്ടിയുടെ പുറകിൽ ഒരാൾ

ഒരു കുട്ടി മധ്യത്തിൽ

എങ്കിൽ ഈ കളിക്ക് ആകെ എത്ര കുട്ടികൾ ഉണ്ട് എന്നു പറയാമോ?

94. പന്നിപ്രശ്നം

ചതുരാകൃതിയിലുള്ള ഒരിടത്ത് ഏഴു പന്നികളെ വളർത്തുവാനിട്ട ആളിന്റെ ഒരു പ്രശ്നമാണിത്. ചുറ്റും നല്ല മതിലുണ്ട്. പക്ഷേ, കൂട്ടിനകത്ത് ഭയങ്കര പോര്. പന്നിപ്പോര് എന്നു കേട്ടിട്ടില്ലേ. ഏതുസമയവും ബഹളം തന്നെ. രാത്രിയിലാണ് കൂടുതൽ പ്രശ്നം. ഒരു പോള കണ്ണടയ്ക്കണ്ടെ. അയാൾ സഹികെട്ടു. അപ്പോഴാണ് കുറേ മുള്ളു കമ്പികൾ

കൈവശമുള്ള കാര്യം ഓർത്തത്. അയാൾ കൂട്ടിനകത്ത് അതുവെച്ച് വേലി കെട്ടി. ചെലവുചുരുക്കൽ വിദഗ്ദ്ധനാകയാൽ ഏറ്റവും കുറവു നീളം വേലിയേകെട്ടിയതുമുള്ളു, കാര്യം നടന്നാൽ മതി എന്നാണ് അയാളുടെ മതം. വേലിപ്പണി കഴിഞ്ഞപ്പോൾ ഓരോ പന്നിയും പ്രത്യേകം പ്രത്യേകം ആയി. രാത്രിയിൽ സുഖമായി ഉറങ്ങാമല്ലോ. അയാൾ എപ്രകാരമാണ് പന്നികളെ വേലികെട്ടിത്തിരിച്ചത് എന്നൂഹിക്കാമോ?

95. അച്ചടിപ്പിശാച്

അച്ചടിപ്പിശകിനെക്കുറിച്ച് കേട്ടിട്ടില്ലേ? ഇംഗ്ലീഷിൽ ഇതിന് Printer's devil എന്നു പറയാറുള്ളതിനാൽ ചിലർ അപ്പടി തർജ്ജമ ചെയ്ത് (തെറ്റായി) അച്ചടിപ്പിശാച് എന്നുപറയാറുണ്ട്. കണക്കു പുസ്തകത്തിൽ തെറ്റു പറ്റിയാലത്തെ കഥ പറയണ്ട. അത്തരത്തിലുള്ള ഒരെണ്ണം പരിശോധിക്കാം. ഇതാ :-

$$5^4 \times 2^3$$

എന്നതിനുപകരം 5423 എന്നായാലോ? കണക്കറിയുന്നവർക്കല്ലേ അതിന്റെ ഗൗരവം മനസ്സിലാകൂ:

$$5^4 \times 2^3 = (5 \times 5 \times 5 \times 5) \times (2 \times 2 \times 2) = 625 \times 8 = 5000$$

അതായത് 5000 എന്നതിനുപകരം 5423 എന്ന് അച്ചടിച്ചുവിട്ടാലോ? പോരെ പൂരം!

ഇനി പറയുവാൻ പോകുന്നത് മറ്റൊരു സംഭവമാണ്. ഒരു ഗണിതഗ്രന്ഥത്തിൽ ഇതുപോലെ അച്ചടിപ്പിശകു പറ്റിയപ്പോൾ അർഥവ്യത്യാസം വന്നില്ല. അതായത് x^p y^q എന്നച്ചടിക്കുന്നതിനു പകരം xpyp എന്ന് അച്ചടിച്ചു (ഇവിടെ x,p,y,q ഇവയ്ക്കു പകരം അക്കങ്ങളാണ്).തെറ്റുകണ്ട്, അച്ചടിക്കുവാൻ ഏൽപിച്ച ആൾ പ്രസ് ഉടമയെ വിരട്ടിയപ്പോൾ, അയാൾ തിരിച്ചും വിരട്ടി :-

"അർഥവ്യത്യാസമില്ലല്ലോ, പിന്നെന്തിന്നു നിങ്ങൾ ചൂടാവണം?"

അയാൾ പറഞ്ഞതു ശരിയുമായിരുന്നു അതായത്

$$x^p y^q = xpyq$$

ആകത്തക്കവിധം പ്രത്യേകതയുള്ള ഒരു സംഖ്യയുണ്ട് ഏതാണീ സംഖ്യ?

96. ആ സംഖ്യ

ഒരു സംഖ്യയുടെ ആറിൽ ഒന്നും എട്ടിൽ ഒന്നും കൂടി ഗുണിച്ചാൽ ആ സംഖ്യ തന്നെ കിട്ടുമെങ്കിൽ ആ സംഖ്യ എത്ര?

97. ബുദ്ധിമാൻ

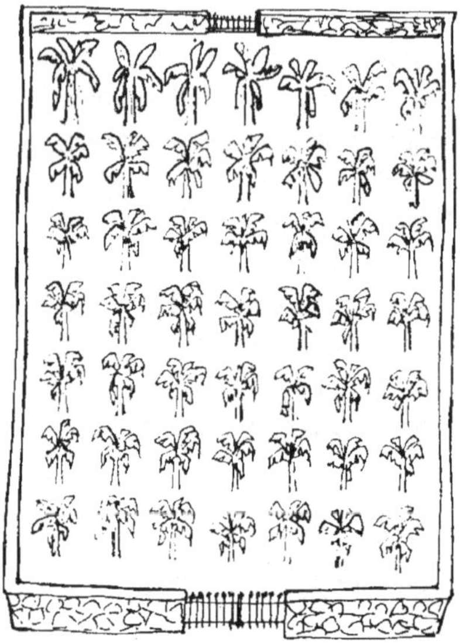

ചിത്രത്തിൽ കാണിച്ചതു പോലെ ഒരു തോട്ടത്തിൽ 49 വാഴകളുണ്ട്. ആയാൾ ജോലിക്കാരനെ വിളിച്ച് ഇങ്ങനെ പറഞ്ഞു :-

"തോട്ടത്തിൽ കുറച്ചു തെങ്ങിൻ തൈകൾ നടണം. കുറേ വാഴ വെട്ടി മാറ്റണം. ഇനി അഞ്ചുവരി വാഴ മതി. ഓരോ വരിയിലും 4 വീതം."

ജോലിക്കാരനു നിർദ്ദേശം കൊടുത്ത് അയാൾ വീട്ടിലേക്കു പോയി. വൈകുന്നേരം വന്നുനോക്കിയപ്പോൾ അത്ഭുതപ്പെട്ടു. അഞ്ചുവരിയിലും ഓരോ വരിയിലും 4 വീതം വാഴയും ആകുമ്പോൾ 20 വാഴകൾ അവശേഷിക്കണമല്ലോ. അതുദ്ദേശിച്ചാണ് അയാൾ അങ്ങനെ പറഞ്ഞതും. എന്നാൽ തോട്ടത്തിൽ 10 വാഴ മാത്രമെ ബാക്കിയുള്ളു. 39 എണ്ണം വെട്ടിമാറ്റിയിരിക്കുന്നു. ഉടമസ്ഥൻ കലിതുള്ളി പറഞ്ഞു:

"വാഴയൊക്കെ എന്തിനു വെട്ടി മാറ്റി? 5 വരികളിൽ 4 വീതം 20 എണ്ണം നിറുത്തുവാൻ ഞാൻ പറഞ്ഞതല്ലെ?"

ജോലിക്കാരൻ ഒട്ടും ആവേശം കൂടാതെ തിരിച്ചടിച്ചു:-

"20 വാഴ ബാക്കി നിറുത്തുവാനല്ല എന്നോടു പറഞ്ഞത്. ഓരോ വരിയിലും 4 വീതം 5 വരി ബാക്കി നിറുത്തണം എന്നല്ലെ പറഞ്ഞുപോയത്? അതിപ്പോഴും ഉണ്ട്. ബാക്കിയുള്ളതേ വെട്ടി മാറ്റിയിട്ടുള്ളു"

ഉടമസ്ഥൻ നോക്കിയപ്പോൾ സംഗതി ശരിയാണ്. 39 വാഴകൾ മുറിച്ചുമാറ്റി ബാക്കിയുള്ള 10 എണ്ണം, ഒരു വരിയിൽ 4 വീതം 5 വരികളിൽ ആയി ഉണ്ടുതാനും. ഇതെങ്ങനെ സംഭവിച്ചു?

98. ഒരേ ഒരു തുക

കൂട്ടുമ്പോൾ തുക ഒന്നാകണം എന്ന ഒരു പ്രശ്നം. ഇവിടെ A,B,C എന്ന 3 കോളങ്ങൾ ഉണ്ട്.

A	B	C
1	4	7
2	5	8
3	6	9
6	15	24

ഇവിടെ ഓരോ കോളവും കൂട്ടിയാൽ വ്യത്യസ്ത തുകയാണല്ലോ കിട്ടുന്നത്. ഒരു കോളത്തിൽ നിന്ന് ഒരു സംഖ്യയെടുത്ത് മറ്റൊരു കോളത്തിൽ ചേർത്ത് കൂട്ടിയാൽ മൂന്നു കോളങ്ങളുടെയും തുക ഒന്നുതന്നെയായിരിക്കണമെങ്കിൽ എന്താണ് വഴി എന്നതാണ് പ്രശ്നം.

99. ജോഡികൾ

താഴെ പറയുന്ന രണ്ടക്ക സംഖ്യകളുടെ ജോഡികൾ ശ്രദ്ധിക്കുക. രണ്ടു സംഖ്യകളും തിരിച്ചിട്ടാലും അവയ്ക്ക് ഒരേ ഫലം തന്നെ കിട്ടുന്നു. ഇതാ ഇങ്ങനെ:–

$$12 \times 42 = 21 \times 24$$
$$12 \times 63 = 21 \times 36$$
$$12 \times 84 = 21 \times 48$$
$$13 \times 62 = 31 \times 26$$
$$23 \times 96 = 32 \times 69$$
$$24 \times 63 = 42 \times 36$$
$$24 \times 84 = 42 \times 48$$
$$26 \times 93 = 62 \times 39$$
$$36 \times 84 = 63 \times 48$$
$$46 \times 96 = 64 \times 69$$

ഇത്തരം മറ്റു 4 ജോഡികൾ കൂടി കണ്ടെത്താമോ?

100. കാരണം പറയുക

12345679 എന്ന സംഖ്യ പരിഗണിക്കുക. 0, 8 ഇവ ഒഴികെയുള്ള എല്ലാ അക്കങ്ങളും ആരോഹണ ക്രമത്തിൽ എഴുതിയ സംഖ്യയാണല്ലോ ഇത്. ഈ സംഖ്യയെ ഏതെങ്കിലും ഒരു ഒരക്ക സംഖ്യകൊണ്ട് (X എന്നിരിക്കട്ടെ) ഗുണിച്ചു കിട്ടിയ ഫലം വീണ്ടും 9 കൊണ്ട് ഗുണിക്കുക. ഇങ്ങിനെ കിട്ടുന്ന അവസാനഫലത്തിലെ ഓരോ അക്കവും X (ആദ്യത്തെ ഒരക്കസംഖ്യ) തന്നെ ആയിരിക്കും. ഉദാരഹണമായി

```
 12345679
        7
 86419753
        9
777777777
```

ആദ്യം ഗുണിച്ച ഒരക്കസംഖ്യയായ 7 ആണല്ലൊ അന്ത്യഫലത്തിലെ ഓരോ അക്കവും.
മറ്റൊരുദാഹരണം കൂടി

```
 12345679
        8
 98765432
        9
888888888
```

ഇവിടെയും ഗുണനഫലത്തിലെ ഓരോ അക്കവും ആദ്യം ഗുണിച്ച 8 തന്നെ. എന്തുകൊണ്ട് ഇങ്ങിനെ സംഭവിച്ചു എന്നു വിശദീകരിക്കാമോ എന്നതാണീ പ്രശ്നം.

101. ഓട്ടമത്സരം

സ്കൂളിൽ സ്പോർട്സ് ദിനമാണ്. സ്റ്റേഡിയം നിറയെ കുട്ടകൾ. ചുറ്റും അലങ്കരിച്ചിരിക്കുന്നു. ആകെ സുഖകരമായ ബഹളം.
ഓട്ടമത്സരത്തിനുള്ള ട്രാക്കിൽ തുല്യദൂരത്തായി 12 കൊടികൾ പാറിക്കളിക്കുന്നു. ആദ്യത്തെ കൊടിയാണ് ആരംഭബിന്ദു അഥവാ സ്റ്റാർട്ടിങ്ങ് പോയിന്റ്. മത്സരത്തിൽ പങ്കെടുക്കേണ്ടവർ അവിടെ ഒത്തുകൂടി. കൂട്ടത്തിൽ, സ്കൂളിലെ ഏറ്റവും വേഗതയുള്ള ഓട്ടക്കാരനായ ജോണിയും ഉണ്ടായിരുന്നു. ഓട്ടം തുടങ്ങി 8 സെക്കന്റിനു ശേഷം ജോണി എട്ടാമത്തെ കൊടിയുടെ അടുത്തെത്തിക്കഴിഞ്ഞു. എങ്കിൽ പന്ത്രണ്ടാമത്തെ കൊടിയുടെ അടുത്തെത്തി ഓട്ടം അവസാനിപ്പിക്കുവാൻ ജോണിക്ക് ആകെ എത്ര സമയം വേണ്ടി വരും എന്നു പറയാമോ? ആദ്യവസാനം ഒരേ വേഗതയിലാണ് ജോണി ഓടുന്നതും.

ഉത്തരം 1-101

1. ഇരുപത് കിട്ടുമോ?

കിട്ടും ഇങ്ങനെ

$$\begin{array}{r} 011 \\ 000 \\ \underline{009} \\ 20 \end{array}$$

പകരക്കാരൻ സംഖ്യ ആറും പൂജ്യമാവണം. രാമുന് സന്തോഷമായി.

2. ഉത്തരം 100 കിട്ടണം

$$98\tfrac{27}{54}+1\tfrac{3}{6}=100$$

ശരിയല്ലെ? ഇവിടെ 1 മുതൽ 9 വരെയുള്ള എല്ലാ അക്കങ്ങളും ഒരക്കം ഒരിക്കൽ മാത്രം എന്ന കണക്കിൽ, എടുത്തത് ശ്രദ്ധിച്ചില്ലേ?

ഇനി + ന്റെ കൂടെ - ചിഹ്നവും ഉപയോഗിക്കുവാൻ നമുക്കവകാശമുണ്ടെങ്കിലോ? നോക്കൂ

$$1 + 2 + 3 - 4 + 5 + 6 + 78 + 9 = 100$$

$$123 - 45 - 67 + 89 = 100$$

0 മുതൽ 9 വരെയുള്ള പത്ത് അക്കങ്ങൾ ആണെങ്കിലോ? അന്നേരം ഇതാ അഞ്ച് രീതികൾ:-

$$78\tfrac{3}{6} + 21\tfrac{45}{90} = 100$$

$$70 + 24\tfrac{9}{18} + 5\tfrac{3}{6} = 100$$

$$80\tfrac{27}{54} + 19\tfrac{3}{6} = 100$$

$$50\tfrac{1}{2} + 49\tfrac{38}{76} = 100$$

$$29\tfrac{1}{3} + 70\tfrac{56}{84} = 100$$

ഇനിയും ഉണ്ടാവാം ഇത്തരം മറ്റ് സാധ്യതകൾ. ശ്രമിച്ചു നോക്കൂ.

3. ഒമ്പതും നൂറും

4 ഒമ്പതുകൾ കൊണ്ട് $99\ {}^{9}\!/_{9} = 100$

6 ഒമ്പതുകൾ കൊണ്ട് $99\ {}^{99}\!/_{99} = 100$

ഒരു സ്വകാര്യം. കാര്യം നിസ്സാരമാണ് കേട്ടോ. 99 9/9 എന്നാൽ 99+9/9 = 99+1 = 100 എന്നാണർഥം. അല്ലാതെ $99\text{x}\ {}^{9}\!/_{9}$ അല്ലേ അല്ല. ഇക്കാര്യം 'ലഘു'വാണെങ്കിലും പലർക്കും ഈ പ്രശ്നം ചിലപ്പോൾ 'ഗുരു' ആകാറുണ്ട്.
അക്കാര്യം പോകട്ടെ

5 ഒമ്പതുകൾ കൊണ്ട് 10 ഇങ്ങനെയൊക്കെ എഴുതാം:-

$$9+{}^{99}\!/_{99} = 10$$

$${}^{99}\!/_{9} - {}^{9}\!/_{9} = 10$$

$$\left(9+{}^{9}\!/_{9}\right){}^{9}\!/_{9} = 10$$

$$9+99^{9-9} = 10$$

നൂറും ഒമ്പതും ഓർത്തപ്പോൾ പത്തും ഒമ്പതും കൂടി ഓർത്തുപോയി എന്നുമാത്രം.

4. രണ്ടു ഏഴും

$$2+2+2+{}^{2}\!/_{2} = 7$$

$$2+2\times2+{}^{2}\!/_{2} = 7$$

അഞ്ചു 2കൾ കൊണ്ട് മറ്റു പല വിന്യാസങ്ങളും ഉണ്ട്. അവയിൽ ചിലത് ഇതാ :-

$${}^{22}\!/_{2} - {}^{2}\!/_{2} = 10$$

$${}^{22}\!/_{2} + 2 - 2 = 11$$

$$22/2+2+2 = 15$$

$$22+2+2+2 = 28$$

$$\left(222/2\right)^2 = 111^2 = 111 \text{ x } 111 = 12321$$

1 മുതൽ 10 വരെയുള്ള സംഖ്യകൾ 5 രണ്ടുകൾ കൊണ്ട് എഴുതുന്നതു നോക്കൂ :-

$1=2+2-2-2/2$

$2=2+2+2-2-2$

$3=2+2-2+2/2$

$4=2\text{x}2\text{x}2-2-2$

$5=2+2+2-2/2$

$6=2+2+2+2-2$

$7=22\div2-2-2$

$8=2\text{x}2\text{x}2+2-2$

$9=2\text{x}2\text{x}2+2/2$

$10=2+2+2+2+2$

ഇനിയും ഉണ്ട് മററു ചില ഗണിത ചിഹ്നങ്ങളും തത്വങ്ങളും കൂടി ഉപയോഗിക്കുന്നു എന്നുമാത്രം.

$11=22\div2+2-2$

$12=2\text{x}2\text{x}2+2+2$

$13=(22+2+2)\div2$

$14=2\text{x}2\text{x}2\text{x}2-2$

$15=22\div2+2+2$

$16=(2\text{x} 2+2+2)\text{x}2$

$17=(2\text{x} 2)^2+2/2$

$18=2\text{x}2\text{x}2\text{x}2+2$

$19=22-2-2/2$

$20=22+2-2-2$

$21=22-2+2/2$

$22=22\text{x}2-22$

$23=22+2-2/2$

$24=22-2+2+2$

$25=22+2+2/2$

5. ജന്മദിനപ്രശ്നം

ഉത്തരം കണ്ടെത്തുന്നതിൽ യാതൊരു നിബന്ധനകളും പ്രത്യേകം പറഞ്ഞിട്ടില്ലാത്തതിനാൽ ഏതുരീതിയും നമുക്കു സ്വീകരിക്കാം.

$$3^3+3+\frac{3}{3}=31$$

ഇതാണ് കുട്ടികൾ എഴുതിയ മാർഗം. എല്ലാവരും കൃത്യസമയപരിധിക്കകം തന്നെ ഉത്തരം കണ്ടെത്തുകയും ചെയ്തു.

6. ഏഴും നൂറും

ദശാംശ തത്വത്തിന്റെ സൂചന ഉള്ളതിനാൽ ഈ നിർധാരണം എളുപ്പമാണ്. ഇതാ :-

$$7/.7 \times 7/.7 = 100$$

സംശയം? $$7/.7 = 70/7 = 10$$

$$\therefore 7/.7 \times 7/.7 = 10 \times 10 = 100$$

7. പഞ്ചസാരയും വർഗവും

കടക്കാരന്റെ പക്കൽ ഒരു ചാക്ക് പഞ്ചസാര മാത്രമെ ഉണ്ടായിരുന്നുള്ളു. 1/3 ചാക്കും 2/3 ചാക്കും ആയി അതിനെ വിഭജിച്ചു നോക്കൂ. അന്നേരം

$$2/3 - 1/3 = (2/3)^2 - (1/3)^2$$

$$1/3 = 4/9 - \frac{1}{9}$$

$$= 3/9 = 1/3$$

8. സത്യവതി

ഭാര്യയുടെ പ്രായം = 45
ഭർത്താവിന്റെ പ്രായം = 54
കൂട്ടിയാൽ 54+45 = 99; 99/11 = 9; 54 - 45 = 9

കണക്കിൽ തന്നതുപ്രകാരം ഇപ്പോൾ ശരിയായില്ലേ?

9. വിവാഹനാളിലെ പ്രായം

ഗോപാലന്റെ അങ്കലാപ്പിനു കാരണം ഉണ്ട്. നോക്കൂ.

ഗോപാലന്റെ ഇന്നത്തെ പ്രായം = X (എന്നിരിക്കട്ടെ)
ഭാര്യയുടെ പ്രായം = Y (എന്നിരിക്കട്ടെ)

അന്നേരം അവരുടെ പ്രായം 18 വർഷം മുമ്പ് (X - 18) ഉം (Y - 18) ഉം ആകുമല്ലൊ.

അന്ന് ഗോപാലന്റെ പ്രായം = ഭാര്യയുടേതിന്റെ മൂന്നിരട്ടി

$$\therefore \quad X - 18 = 3(Y - 18)$$
$$X - 18 = 3Y - 54$$
$$\therefore \quad (3Y - X) = 36 \ldots\ldots\ldots\ldots(1)$$

ഇന്ന് ഗോപാലന് ഭാര്യയുടെ പ്രായത്തിന്റെ ഇരട്ടി. അതായത്

$$X = 2Y \ldots\ldots\ldots\ldots(2)$$

(1) ഉം (2) ഉം നിർധരിച്ചാൽ X = 72, Y = 36. അതായത് വിവാഹനാളിൽ ഭാര്യയുടെ പ്രായം 18 ഉം ഗോപാലന്റേത് 54 ഉം ആയിരുന്നു.

അങ്കലാപ്പിന്ന് മറ്റെന്തു വേണം?

10. ബോണസ് ചോദ്യം

$$1 + 3 + 5 + 7 + 9 = 25$$
$$2 + 4 + 6 + 8 = 20$$

ഉം ആണല്ലൊ. കൂട്ടുമ്പോൾ ഫലം ഒന്നുതന്നെയാകണം. ഭിന്നിതക്കാര്യം ഒരശരീരിപോലെ ചോദ്യത്തിൽ ഉണ്ട്. അവിടെ നിന്നു തുടങ്ങിയാലോ

$$79 + 5\,{}^{1}\!/_{3} = 84\,{}^{1}\!/_{3}$$

$$84 + {}^{2}\!/_{6} = 84 + {}^{1}\!/_{3} = 84\,{}^{1}\!/_{3}$$

അന്നേരം രണ്ടു തുകകളും ഒന്നുതന്നെ ആയില്ലേ.

11. ലളിതപ്രശ്നം

4, 7കൾ കൊണ്ട് $\quad {}^{7}\!/_{.7} + {}^{7}\!/_{.7} = 20$

3, 7കൾ കൊണ്ട് $\quad {}^{(7+7)}\!/_{.7} = 20$

12. ഒരേ ഒരു ചോദ്യം

ഉത്തരത്തിൽ ചെന്നെത്തുവാൻ ഒരു കുറുക്കുവഴികളും ഇല്ല. വിവിധ സാധ്യതകൾ പരിശോധിക്കുക, നിർദിഷ്ട ഉത്തരം കിട്ടുമ്പോൾ സന്തോഷിക്കുക. ഇത്രയേ പറ്റൂ. ചോദ്യത്തിൽ വിശദീകരിച്ച ഉദാഹരണത്തിലെ 23 നെ 32 ഉം 46 നെ 64 ഉം ആക്കി ഗുണിച്ചു നോക്കാം.

$$158 \times 32 = 5056 \quad = \quad 79 \times 64 = 5056$$

മറ്റൊരു മാർഗം :-

$$174 \times 32 = 5568 \quad = \quad 96 \times 58 = 5568$$

ഇനിയും മാർഗങ്ങൾ ഉണ്ടോ എന്നു പരിശോധിച്ചു കൂടെ?

13. ഒമ്പതക്കസംഖ്യ

$$6 \times 32547891 = 195287346$$

14. ഒറ്റനോട്ടം

ഇത്തരം പ്രശ്നങ്ങൾ വരുമ്പോൾ സശ്രദ്ധം നോക്കുക തന്നെ. ഒരു നിസ്സാരസൂത്രം ഒളിഞ്ഞിരിപ്പുണ്ടാകും. അതു തപ്പിപ്പിടിക്കുകയേ വേണ്ടൂ.

ഇവിടെ ഓരോ ഭിന്നിതവും നോക്കൂ. 35 ന്റെ ഇരട്ടി 70.

$$\therefore \frac{35}{70} = \frac{1}{2}$$

അതുപോലെ 148 ന്റെ ഇരട്ടി 296

$$\therefore \frac{148}{296} = \frac{1}{2}$$

അന്നേരം

$$\frac{35}{70} + \frac{148}{296} = \frac{1}{2} + \frac{1}{2} = 1$$

കഴിഞ്ഞില്ല. ഇനിയും ഉണ്ട് ഈ വഴികൾ:-

(1) $\frac{45}{90} + \frac{138}{276}$

$$(2)\quad {}^{15}\!/_{30} \quad + \quad {}^{486}\!/_{972}$$

$$(3)\quad 0.5 + {}^{1}\!/_{2}\,(9-8)(7-6)(4-3) \;=\; 1$$

ഈ ഉദാഹരണങ്ങളിലെല്ലാം 0 മുതൽ 9 വരെയുള്ള 10 അക്കങ്ങളും (ഒരക്കം ഒരിക്കൽ മാത്രം) ഉപയോഗിച്ച് 1 ഉണ്ടായിരിക്കുകയാണ് എന്നും മനസ്സിലായില്ലേ?

ഈ ഉദാഹരണങ്ങളിലെല്ലാം 0 മുതൽ 9 വരെയുള്ള 10 അക്കങ്ങളും (ഒരക്കം ഒരിക്കൽ മാത്രം) ഉപയോഗിച്ച് 1 ഉണ്ടായിരിക്കുകയാണ് എന്നും മനസ്സിലായില്ലേ?

15. തുകയെത്ര

$$\begin{array}{r} 859+ \\ 743 \\ \hline 1602 \end{array} \qquad\qquad \begin{array}{r} 765+ \\ 324 \\ \hline 1089 \end{array}$$

16. എങ്ങനെ നിൽക്കണം

ഷർട്ടിൽ 6 എന്ന നമ്പറുള്ളവൻ തലകുത്തി നിൽക്കട്ടെ. അന്നേരം ആ സംഖ്യ 9 ആകുമല്ലോ. പിന്നീട് 931 വരത്തക്ക വിധത്തിൽ കുട്ടികളെ നിർത്തുക. 931നെ 7 കൊണ്ടു ഹരിക്കരുതോ?

ട്രിക്ക് ബോധ്യമായാൽ തലകുത്തി നിൽക്കുന്ന വിദ്വാനെ തിരിച്ച് നേരെ നിറുത്തണേ!

17. രണ്ടെണ്ണം മാത്രം

പ്രശ്നത്തിലെ നിബന്ധനകൾ അനുസരിക്കുന്ന ഒരു സംഖ്യയാണ് 998001. അതായത്

$$98001 = (998 + 001)^2 = 999^2 = 999 \times 999$$

```
   999 x
   999
  ----
  8991
 8991
8991
------
998001
```

ശരിയല്ലേ?

ഇത്തരത്തിൽ മറ്റൊരു സംഖ്യ കൂടിയുണ്ട്. അതാണ് 494209. ഇതു ശരിയാണോ എന്നു നോക്കാം.

$$494209 = (494 + 209)^2 = (703)^2 = 703 \times 703$$

```
  703 x
  703
 -----
 2109
4921
------
494209
```

ഈ ഗുണവിശേഷങ്ങളോടു കൂടിയ ഈ രണ്ടു സംഖ്യകൾ മാത്രമെയുള്ളു എന്നാണ് മനസ്സിലാക്കുന്നത്.
പുതിയവ ശ്രദ്ധയിൽപ്പെട്ടാൽ അറിയിക്കണേ!

18. ഒരിക്കൽ, ഒരിക്കൽ മാത്രം.

```
98765 +
 1234
-----
99999
```

ഒട്ടേറെ തരത്തിൽ ഇത് എഴുതാവുന്നതാണ്.

```
97864 +        94125 +
 2135           5874
-----          -----
99999          99999   അങ്ങനെ, അങ്ങനെ......
```

19. വിചിത്ര സ്വഭാവക്കാരൻ

ചോദ്യം നല്ലപോലെ പല ആവർത്തി വായിക്കുക - പൂർണമായും പിടികിട്ടുന്നതുവരെ.

അറിയാത്ത സംഖ്യ n എന്നുകരുതുക. അന്നേരം തന്നിരിക്കുന്ന പ്രശ്നം

$$n/5 \times n/7 = n$$

എന്നാകും. അന്നേരം $n = 35$ എന്നും കിട്ടും. അതായത് ഈ പ്രത്യേക സംഖ്യ 35 എന്നു കാണാം.

20. മറ്റൊരു സാധ്യത

ഇങ്ങനെയും ആവാം:- $22 + 2 = 24$

21. കല്യാണാലോചന

ഗണിതഭാഷയിൽ പറഞ്ഞാൽ ക്രമമായ 4 ഒറ്റ സംഖ്യകളാണ് മക്കളുടെ പ്രായങ്ങൾ. അത്

$$x, (x + 2), (x + 4), (x + 6)$$

എന്ന രീതിയിൽ ആകുമല്ലോ. പ്രായങ്ങൾ കൂട്ടുമ്പോൾ 80 കിട്ടും.

$$\therefore x + (x + 2) + (x + 4) + (x + 6) = 80$$
$$x = 17$$

ഇളയ ആൺകുട്ടിയുടെ പ്രായം	=	17
പെൺകുട്ടികളിൽ അടുത്ത ഇളയവളുടെ പ്രായം	=	19
പെൺകുട്ടികളിൽ മൂത്തവളുടെ പ്രായം	=	21
ഏറ്റവും മൂത്ത മകന്റെ പ്രായം	=	23

21 കാരിയുടെ വിവാഹക്കാര്യ ചർച്ചയ്ക്കായിരുന്നു ആൾക്കാർ വന്നത്.

22. പൊതുഗുണധർമം

$$x, (x + 1), (x + 2)$$

എന്നിവയാണ് സംഖ്യകൾ എന്നുകരുതുക.

എന്നാൽ $(x + 1)^2 - 1 = x(x + 2)$

$$x^2 + 2x = x^2 + 2x$$

x ന് ഏതു മൂല്യം നൽകിയാലും ഈ സമീകരണം സാധുതയുള്ളവയായിരുന്നു. അതായത്, തുടർച്ചയായ ഏതു മൂന്നു പൂർണസംഖ്യകളും ഉത്തരമായിരിക്കും.

23. ക്ലോക്ക്

കൃത്യസമയം കാണിക്കുകയില്ല എങ്കിലും തമ്മിൽ ഭേദം സ്ലോ ആയി ഓടുന്ന ക്ലോക്ക് ആയിരിക്കുമല്ലൊ. എന്നാൽ കൂടുതൽ തവണ കൃത്യസമയം കാണിക്കുന്ന ക്ലോക്കാണല്ലോ ഇവിടെ നമുക്കാവശ്യം. അന്നേരം തീരെ ഓടാത്ത ക്ലോക്ക് എടുക്കേണ്ടതായും വരും.

എന്തുകൊണ്ട്?

ഒരു ദിവസം ഒരു മിനിട്ട് 'സ്ലോ' ഓടുന്ന ക്ലോക്കിന്റെ കാര്യമെടുക്കുക. ഒരു തവണ ആ ക്ലോക്ക് ശരിക്കുള്ള സമയം ആക്കി വെച്ചു എന്നു കരുതുക. അത് വീണ്ടും കൃത്യസമയം കാണിക്കുന്നതിനു മുമ്പ് 12 മണിക്കൂർ നഷ്ടപ്പെടേണ്ടതായി വരും. ഒരു ദിവസം ഒരു മിനുട്ട് വച്ച് നഷ്ടപ്പെട്ടാൽ 720 മിനുട്ട് നഷ്ടപ്പെടുവാൻ 720 ദിവസം വേണം. അഥവാ രണ്ടു വർഷത്തിൽ (ഉദ്ദേശം) ഒരേ ഒരു തവണ മാത്രം ആണ് ഈ ക്ലോക്ക് കൃത്യസമയം കാണിക്കുക. തീരെ ഓടാത്ത ക്ലോക്ക് ആകട്ടെ ദിവസത്തിൽ രണ്ടു തവണ കൃത്യസമയം കാണിക്കുന്നു!

24. ശമ്പളപ്രശ്നം

രണ്ടുപേർക്കും തുല്യ ശമ്പളമായിരിക്കും.

ആരംഭത്തിൽ രണ്ടുപേർക്കും 100 രൂപ വീതം എന്നുകരുതുക. അന്നേരം കഴിഞ്ഞവർഷം രാമന് 110 രൂപയും കൃഷ്ണന് 90 രൂപയും. ഈ വർഷം രാമന് $110 \times {}^{90}\!/_{100} = 99$ കൃഷ്ണന് $90 \times {}^{110}\!/_{100} = 99$

25. അനുപാതം

രണ്ടുവർഷം മുമ്പ് സഹോദരിയുടെ പ്രായം x ആയിരുന്നാൽ രാമന്റെ പ്രായം 3x. അതിനും രണ്ടുവർഷം മുമ്പ് ഇവരുടെ വയസ്സുകൾ (x - 2), (3x - 2) അന്നേരം

$$3x - 2 = 5(x - 2)$$
$$\therefore \quad x = 4$$

അതായത് ഇപ്പോൾ സഹോദരിക്ക് 6 വയസ്സും രാമന് 14 വയസ്സും ആണ്. രണ്ടു വർഷം കൂടി കഴിയുമ്പോൾ പ്രായം യഥാക്രമം 8 ഉം 16 ഉം ആകും. അതായത് രാമന് സഹോദരിയുടെ ഇരട്ടി (2:1 എന്ന ബന്ധം) പ്രായം.

26. അശ്രദ്ധ

സംഖ്യ X എന്നിരിക്കട്ടെ. അന്നേരം

$$\left(X \div \tfrac{7}{8}\right) - \left(X \times \tfrac{7}{8}\right) = \tfrac{15}{14}$$

$$\therefore X = 4 \text{ (സംഖ്യ)}$$

27. കൂലി പങ്കിടൽ

മൂന്നാമന്റെ കൂലി x എങ്കിൽ രണ്ടാമന്റേത് $x/4$ ഒന്നാമന്റേത്

$x/4 \times 2/3 = x/6$. ആകെ 510 രൂപയാണല്ലൊ

$$\therefore X + x/4 + x/6 = 510$$

$$\therefore x = 360$$

അതായത്

ഒന്നാമനു കിട്ടിയത്	=	360 രൂപ
രണ്ടാമനു കിട്ടിയത്	=	90 രൂപ
മൂന്നാമനു കിട്ടിയത്	=	60 രൂപ

28. ചോക്കും പെൻസിലും

പെൻസിൽ വില	=	64 പൈസ
ചോക്ക് വില	=	4 പൈസ

അന്നേരം ചോക്കിന്റേതിനേക്കാൾ 60 പൈസ കൂടുതലാണ് പെൻസിലിന്റെ വില.

29. മുട്ട മുറിക്കാമോ

ആകെ 7 മുട്ടകൾ

(ഒന്നാമന് $3\tfrac{1}{2} + \tfrac{1}{2} = 4$ ബാക്കി 3. രണ്ടാമന് $1\tfrac{1}{2} + \tfrac{1}{2} = 2$ ബാക്കി 1)

30. പൂജാരിയുടെ ത്രികോണങ്ങൾ

ആകെ 20 ത്രികോണങ്ങൾ

31. ആ വർഷം എന്നുവരും?

6009 ആണ് ഈ പ്രത്യേകതകളോടു കൂടി ഇനി വരാനിരിക്കുന്ന ആദ്യത്തെ വർഷം.

32. മേനോൻ പറഞ്ഞ കണക്ക്

അച്ഛൻ മരിക്കുമ്പോഴത്തെ പ്രായം x എന്നിരിക്കട്ടെ.

$$\therefore x = x/6 + x/12 + x/7 + 5 + x/2 + 4$$

$$\therefore x = 84$$

33. തൂണിൽ വരച്ച ചിത്രം

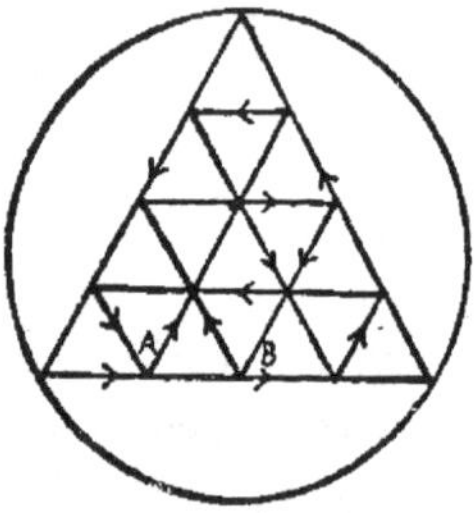

പതിമൂന്നു തിരിവുകളായി ഈ ചിത്രം പൂർത്തീകരിക്കാം. വരയ്ക്കേണ്ടുന്ന ദിശ ചിത്രത്തിൽ ചൂണ്ടടയാളമിട്ട് കാണിച്ചിരിക്കുന്നത് ശ്രദ്ധിക്കുമല്ലോ.

34. ഒറ്റസംഖ്യ

ടിന്നിൽ ആകെ 7 ടോക്കൺ ഉണ്ട്. ഇവയിൽ 1, 3, 5, 7 എന്നീ നാല് ടോക്കണുകൾ ആണ് ഒറ്റസംഖ്യ എഴുതിയവ. ആദ്യമെടുക്കുന്നത് ഒറ്റസംഖ്യയോടുകൂടിയ ടോക്കൺ ആകുവാനുള്ള സാധ്യത = 4/7. ഇതൊരു ഒറ്റസംഖ്യാ ടോക്കൺ ആകയാൽ ടിന്നിൽ അവശേഷിക്കുന്ന ടോക്കണുകളുടെ എണ്ണം 6. ഇവയിൽ 3 എണ്ണം ഒറ്റകൾ. രണ്ടാമതെടുക്കുന്നത് ഒറ്റസംഖ്യാ ടോക്കൺ ആകാനുള്ള സാധ്യത = 3/6. ഇതൊരു ഒറ്റസംഖ്യ ആകയാൽ ടിന്നിൽ അവശേഷിക്കുന്നത് ആകെ 5 ഉം അതിൽ ഒറ്റ 2 ഉം. മൂന്നാമത് എടുക്കുന്നത് ഒറ്റസംഖ്യയാകുവാനുള്ള സാധ്യത = 2/5. അതുപോലെ നാലാമതെടുക്കുന്നത് ഒറ്റ സംഖ്യയാകുവാനുള്ള സാധ്യത = 1/4.

ആയതിനാൽ ആദ്യത്തെ നാലും ഒറ്റസംഖ്യകളാകുവാനുള്ള സാധ്യത

$$= 4/7 \times 3/6 \times 2/5 \times 1/4 = 1/35$$

35. തോട്ടത്തിലെ പശു

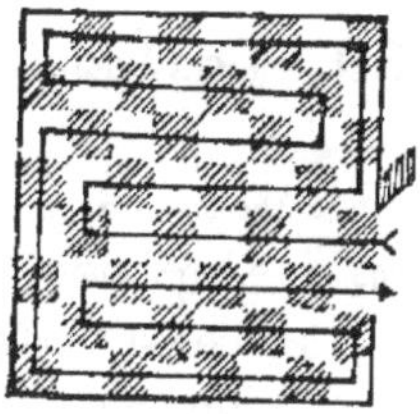

14 തിരിവുകൾ കൊണ്ട് സാധ്യമാകുമെന്ന് ചിത്രത്തിൽ നിന്ന് വ്യക്തമാണ്.

36. എത്ര വയസ്സുകൾ വീതം.

ജോർജിന്റെ പ്രായം = x എന്നിരിക്കട്ടെ
സാമിന്റെ പ്രായം = x/2 (തന്നിരിക്കുന്നു)..........(1)

എന്നാൽ ജോർജിന് ജോണിനേക്കാൾ 4 വയസ്സ് കൂടുതൽ

ജോർജിന് ജിമ്മിയേക്കാൾ 8 വയസ്സ് കൂടുതൽ

ജോർജിന് സാമിനേക്കാൾ 12 വയസ്സ് കൂടുതൽ

∴ സാമിന്റെ പ്രായം = x - 12......(2)

(1), (2) ഇവയിൽ നിന്ന്

$$x - 12 = \frac{x}{2}$$
$$\therefore x = 24$$

അതായത് ഓരോരുത്തരുടെയും പ്രായം:-

ജോർജ് = 24; ജോൺ = 20; ജിമ്മി = 16; സാം = 12.

37. കന്നുകാലിച്ചന്ത

ആകെ കാലികൾ 39. ജനാർദനന് - 7, ഹരിക്ക് - 11, ദാമുവിന് -21

38. മിഠായിയും വയസ്സും

ഹരി 12 എണ്ണം എടുക്കുമ്പോൾ രവി 9 ഉം കണ്ണൻ 14 ഉം മിഠായി എടുക്കുന്നു. മൂന്നുപേരും കൂടി 35 മിഠായി. 770 ൽ ഇരുപത്തിരണ്ട് 35 ഉണ്ടല്ലൊ. അതിനാൽ ഓരോരുത്തരുടെയും വീതം അറിയുവാൻ:- ഹരിക്ക് 12 x 22 (= 264), രവിക്ക് 9 x 22 (= 198) കണ്ണന് 14 x 22 (= 308) മിഠായികൾ വീതം. പ്രായമാകട്ടെ 12, 9, 14 ഇവയുടെ പകുതി വീതം. അതായത് അവരുടെ വയസ്സ് കണ്ണൻ = 7, ഹരി = 6, രവി = $4\frac{1}{2}$

39. സൈക്കിൾ എന്നു കിട്ടും?

അമ്മയ്ക്ക് 45 വയസ്സാകയാൽ 3 കൊല്ലം കൂടി കഴിഞ്ഞാൽ ദിവാകരന് 15 ആകുകയും സൈക്കിൾ കിട്ടുകയും ചെയ്യും എന്നു തോന്നും പക്ഷേ $4\frac{1}{2}$ വർഷം കൂടി കഴിഞ്ഞാലേ സൈക്കിൾ സ്വന്തമായി കിട്ടുകയുള്ളൂ. അന്ന് ദിവാകരന് $16\frac{1}{2}$ വയസ്സും അമ്മയ്ക്ക് $49\frac{1}{2}$ വയസ്സും പ്രായമാകും. അതായത് അന്ന് അമ്മയുടെ വയസ്സിന്റെ മൂന്നിൽ ഒന്നാകും മകന്റെ പ്രായം.

40. ഒരു പഴയ കടംകഥ

5 പുരുഷന്മാർ, 25 സ്ത്രീകൾ, 70 കുട്ടികൾ ഇത്രയും പേരാണ് ആ സംഘത്തിൽ ഉണ്ടായിരുന്നത്.

41. പതിനൊന്നിന്റെ കാര്യം

ഏതൊരു സംഖ്യയിലെയും ഒറ്റസ്ഥാനങ്ങളിലെ അക്കങ്ങളുടെ തുക ഇരട്ടസ്ഥാനങ്ങളിലെ അക്കങ്ങളുടെ തുകയ്ക്ക് തുല്യമാണെങ്കിൽ ആ സംഖ്യയെ ശിഷ്ടം കൂടാതെ 11 കൊണ്ടു ഹരിക്കാം. ഇവിടെ 896743012 എന്ന സംഖ്യയിലെ ഒറ്റ സ്ഥാനങ്ങളിൽ കിടക്കുന്ന അക്കങ്ങളുടെ തുക = 2 + 0 + 4 + 6 + 8 = 20. ഇരട്ടസ്ഥാനങ്ങളിൽ കിടക്കുന്ന അക്കങ്ങളുടെ തുക = 1 + 3 + 7 + 9 = 20. ഒറ്റ സ്ഥാനങ്ങളിൽ കിടക്കുന്ന അക്കങ്ങളുടെ തുകയും ഇരട്ടസ്ഥാനങ്ങളിലെ അക്കങ്ങളുടെ തുകയും തമ്മിലുള്ള വ്യത്യാസം 11 ഓ 11 ന്റെ ഗുണിതമോ ആണെങ്കിലും പ്രസ്തുത സംഖ്യയെ ശിഷ്ടം കൂടാതെ 11 കൊണ്ട് ഹരിക്കാവുന്നതാണ്. ആവശ്യപ്പെട്ട പ്രത്യേകതകളോടു കൂടിയ ഏറ്റവും ചെറിയ സംഖ്യ 102347586 ഉം ഏറ്റവും വലിയ സംഖ്യ 987652413 ഉം ആണ്.

42. പുള്ളിപ്പൂച്ചയുടെ സൂത്രം

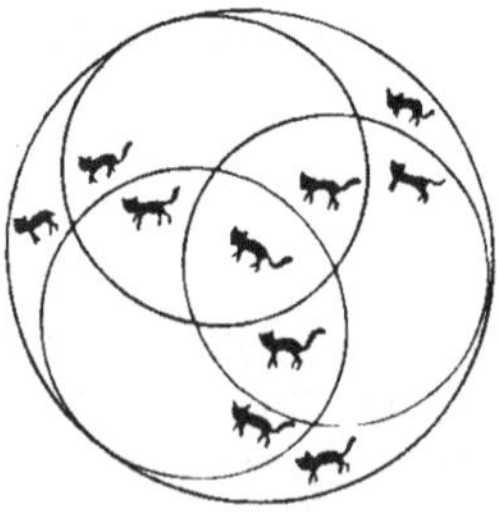

ചിത്രം നോക്കുക. വൃത്ത പരിധികളിലൂടെ മതിൽ കെട്ടി എന്നുവെയ്ക്കുക. പൂച്ചക്കുട്ടികൾക്ക് പരസ്പരം തൊടുവാനോ കടിപിടി കൂടുവാനോ പറ്റുകയില്ല എന്നു ബോധ്യമായില്ലേ.

43. ഭൂമി വീതം വയ്ക്കണം

മൂന്നാമൻ മരിച്ചതിനാൽ നൂറ് ഏക്കർ സ്ഥലവും മറ്റ് രണ്ട് മക്കൾക്ക് 1/3 : 1/

4 എന്ന രീതിയിൽ വിഭജിച്ചു കൊടുക്കണമല്ലോ. അതായത് 4 : 3 എന്ന തോതിൽ 100 ഏക്കർ വീതിക്കണം. അതായത് മൂത്ത മകന് 100 ന്റെ 4/7 ഭാഗവും രണ്ടാമത്തെ മകന് 3/7 ഭാഗവും കൊടുക്കണം.

44. വക്കീലും സമയവും

സമയം രാത്രി 9.36. ഉച്ച മുതൽ ആ സമയം വരെയുള്ള സമയത്തിന്റെ 4 ൽ ഒന്ന് 2 മണിക്കൂർ 24 മിനുട്ട്. നാളെ ഉച്ചവരെയുള്ള സമയത്തിന്റെ പകുതി 7 മണിക്കൂർ 12 മിനുട്ട്. രണ്ടും കൂടി കൂട്ടുമ്പോൾ 9 മണി 36 മിനുട്ട്.

45. ഇഷ്ടികയുടെ ഭാരം.

3/4 ഭാഗം ഇഷ്ടികയും 750 ഗ്രാം പടികളും ത്രാസിന്റെ ഒരു തട്ടിൽ വെച്ചപ്പോൾ ത്രാസ് തുലനം ചെയ്തു. അതായത് 1/4 ഭാഗം ഇഷ്ടികയുടെ ഭാരം 750 ഗ്രാം എന്നുവരും. അതായത് ഒരിഷ്ടികയുടെ മുഴുവൻ ഭാരം 3 കിലോഗ്രാം എന്നാകുന്നു. അതിനാൽ ഇഷ്ടികയുടെ (മുഴുവൻ ഇഷ്ടിക) പുറത്ത് പെയിന്റു കൊണ്ടെഴുതിയത് 3 കിലോഗ്രാം എന്നായിരുന്നു. ഒരു തൂക്കക്കട്ടി കൂടി കിട്ടിയതിന്നു തുല്യമാണല്ലോ ഇത്.

46. ഒന്നുമുതൽ ഒമ്പതുവരെ.

ആദ്യ ഭാഗം

174 x 32 = 58 x 96 = 5568
158 x 32 = 79 x 64 = 5056 (ചോദ്യം 12 കാണുക)

രണ്ടാം ഭാഗം

4 x 1738 = 6952
4 x 1963 = 7852

ഇത്തരത്തിൽ ആകെ രണ്ടെണ്ണമേയുള്ളു. (മറ്റു സാധ്യതകൾ കണ്ടെത്തുന്നവർ ആ വിവരം ഗ്രന്ഥകർത്താവിനെ അറിയിക്കുമല്ലോ) ഇതിൽ ആദ്യത്തെ ഒരക്കസംഖ്യക്കു പകരം രണ്ടക്കസംഖ്യാണെങ്കിലോ? ഇതാ:-

12 x 483 = 5796
18 x 297 = 5346
27 x 198 = 5346
28 x 157 = 4396

39 x 186 = 7254
42 x 138 = 5796
48 x 159 = 7632

47. ക്രിയചെയ്യുക

ചോദ്യത്തിന് ഉചിതമായ ബ്രാക്കറ്റുകൾ കൊടുക്കുക. അന്നേരം പ്രശ്നം ലളിതമാകും. ഇതാ നോക്കുക:

(6 x 8 ÷ 12) + (3 x 24) - (12 ÷ 6) + 8
= (48 ÷ 12) + (72) - (2) + 8
= 4 + 72 - 2 +8
= 82

48. നാൽപത്തിയെട്ടിന്റെ കൂട്ടുകാർ.

48ന്റെ കൂട്ടുകാർ ആരൊക്കെ എന്നു നോക്കാം. അവർ ചില്ലറക്കാരല്ല കേട്ടോ.

1680; 57120; 1940448

പട്ടികയിൽ കൊടുത്തിരിക്കുന്ന വിശദീകരണം ശ്രദ്ധിക്കൂ:

സംഖ്യ	സംഖ്യ+1	ഏതിന്റെ വർഗം	സംഖ്യയുടെ പകുതി+1	ഏതിന്റെ വർഗം
1680	1681	41×41=1681	$^{1680}/_{2}$+1=841	29×29=841
57120	57121	239×239= 57121	$^{57120}/_{2}$+1= 28561	169×169= 28561
1940448	1940449	1393×1393= 1940449	$^{1940448}/_{2}$+1 =970225	985×985= 970225

49. മൂന്നക്കസംഖ്യയിലെ വികൃതി

കുട്ടി വിചാരിച്ച മൂന്നക്കസംഖ്യ 634 എന്നുകരുതുക. (ഇത് മാഷിന് അറിയുകയില്ല)

സംഖ്യ തിരിച്ചിട്ടാൽ 436.

സംഖ്യകൾ തമ്മിലുള്ള വ്യത്യാസ 634-436 = 198.

ഏത് മൂന്നക്കസംഖ്യ വിചാരിച്ച് അതു തിരിച്ചിട്ട് വ്യത്യാസം കണ്ടാലും കിട്ടുന്ന ഉത്തരത്തിലെ (ഇവിടെ 198) മധ്യത്തിലുള്ള അക്കം 9 ഉം ഒന്നും നൂറും സ്ഥാനത്തുള്ള സംഖ്യകൾ കൂട്ടിയാൽ 9 ഉം ആയിരിക്കും കിട്ടുക. അന്നേരം കുട്ടിയുടെ ഉത്തരം അങ്ങോട്ടു പറയേണ്ടതെങ്ങിനെ എന്ന് മനസ്സിലായില്ലെ?

ഗണിതപരമായി ഈ പ്രശ്നം ഇങ്ങനെ വിശകലനം ചെയ്യാം:-

ആദ്യം വിചാരിച്ച മൂന്നക്ക സംഖ്യ

$$100a + 10b + c$$

ആണെന്നിരിക്കട്ടെ $(a > c)$. ഇതിനെ തിരിച്ചിട്ടാൽ

$$100c + 10b + a$$

ഇവ തമ്മിലുള്ള വ്യത്യാസം

$$99(a - c)$$

ഇവിടെ 1,2,3,4,5,6,7,8,9 ഇവയിൽ ഒന്നായിരിക്കും $(a - c)$.അന്നേരം സാധ്യമായ സംഖ്യകൾ

99, 198, 297, 396, 495, 594, 693, 792, 891 എന്നിവമാത്രമായിരിക്കും.

ഇതിൽ 99 ഒഴിവാക്കുക. ബാക്കിയുള്ള സംഖ്യകളിൽ എല്ലാം മധ്യത്തിൽ 9 ആണുള്ളത്. ഒന്നാമത്തേതും നൂറാമത്തേതും സ്ഥാനത്തുള്ള അക്കളുടെ തുക എല്ലാറ്റിലും 9. അതിനാൽ ഒന്നാം സ്ഥാനത്തെ അക്കം അറിഞ്ഞാൽ നൂറാം സ്ഥാനത്തുള്ള അക്കം കിട്ടുവാൻ അത് 9 ൽ നിന്നു കുറച്ചാൽ മതിയല്ലോ.

50. നിങ്ങൾ വിചാരിച്ച സംഖ്യ

നിങ്ങൾ വിചാരിച്ച സംഖ്യ 7 ആകട്ടെ. (ഇത് എനിക്കറിയുകയില്ല കേട്ടോ) താഴെക്കാണുന്ന ക്രിയകൾ ചെയ്യൂ:-

(1) 5 കൊണ്ടു ഗുണിക്കുക $7 \times 5 = 35$

(2) 6 കൂട്ടുക $35 + 6 = 41$

(3) വീണ്ടും 4 കൊണ്ടു ഗുണിക്കുക $41 \times 4 = 164$
(4) 9 കൂട്ടുക $164 + 9 = 173$
(5) 5 കൊണ്ടു ഗുണിക്കുക $173 \times 5 = 865$

ഇപ്പോൾ എത്ര കിട്ടി എന്നാണ് ഞാൻ ചോദിക്കുക. 865 കിട്ടി എന്നു നിങ്ങൾ പറയുന്നു. 865 - 165 = 700 എന്നു ഞാൻ കണക്കാക്കുന്നു. പിന്നീട് $700 \div 100 = 7$ എന്നും കണക്കാക്കുന്നു. എന്നിട്ട് "7 അല്ലെ നിങ്ങൾ ആദ്യം വിചാരിച്ച സംഖ്യ" എന്നു ചോദിക്കുന്നു. നിങ്ങൾ, സാഹിത്യഭാഷയിൽ പറഞ്ഞാൽ, അത്ഭുതപരതന്ത്രനാകുന്നു.

തൃപ്തിയായോ ഇല്ലെങ്കിൽ താഴെ ഉള്ളത് വായിക്കൂ:-

ആദ്യം വിചാരിച്ച സംഖ്യ n എന്നെടുത്ത് ക്രിയ ചെയ്തു നോക്കൂ! എങ്കിൽ എല്ലാ ക്രിയകളും ചെയ്തു കഴിഞ്ഞാൽ

$$100n + 165$$

എന്നു കിട്ടും. ഇനി ഇതിൽ നിന്ന് 165 കുറച്ച് 100 കൊണ്ട് ഹരിക്കുക. ഉത്തരം ആദ്യം വിചാരിച്ച സംഖ്യയായ n.

ഇതാണ് പറയുന്നത്, കണക്കിനോട് കളിക്കല്ലേ എന്ന്.

51. മനസ് വായിക്കൽ

നിർധാരണം വിചാരിക്കുന്ന അത്ര കടുപ്പമുള്ളതൊന്നും അല്ല. ഇപ്രകാരം തുടങ്ങാം:-

നിങ്ങളുടെ സ്നേഹിതൻ ആദ്യം മനസ്സിൽ വിചാരിച്ച സംഖ്യ n എന്നിരിക്കട്ടെ. ഒട്ടേറെ ഗണിതക്രിയകൾ (ചോദ്യത്തിൽ പറഞ്ഞ പ്രകാരം) നടത്തിയശേഷം കിട്ടുന്ന ഉത്തരം

$$n + xz/yp$$

ആയിരിക്കും. അതായത്,

വിചാരിച്ച സംഖ്യ	=	n
(1) x കൊണ്ട് ഗുണിക്കുക	=	nx
(2) y കൊണ്ട് ഹരിക്കുക	=	nx/y
(3) z കൊണ്ട് ഗുണിക്കുക	=	nxz/y

(4) p കൊണ്ട് ഹരിക്കുക $= \frac{nxz}{yp}$

(5) n കൊണ്ട് ഹരിക്കുക $= n.\frac{xz}{yp} \div n = \frac{xz}{yp}$

(6) n കൂട്ടുക $= n + \frac{xz}{yp}$

ഈ ഉത്തരം സ്നേഹിതൻ നിങ്ങളോടു പറയുന്നു. ഉടൻ തന്നെ ഇതിൽ നിന്ന് xz/yp കുറയ്ക്കുക. (x,y,z,p ഇവ നിങ്ങൾക്കറിയാവുന്നതാണ്) ഇപ്പോൾ കിട്ടുന്നത് ആണ് സ്നേഹിതൻ ആദ്യം വിചാരിച്ച സംഖ്യ.
ഉദാഹരണം:-

സ്നേഹിതൻ വിചാരിച്ച സംഖ്യ 15 എന്നിരിക്കട്ടെ (ഈ സംഖ്യ നിങ്ങൾക്കറിയില്ല. ഇതാണ് നിങ്ങൾ അവസാനം അങ്ങോട്ടു പറയേണ്ടുന്ന സംഖ്യ) വിവിധ ക്രിയകൾ ഇപ്രകാരമാകാം:-

(1)	15 നെ 2 കൊണ്ട് ഗുണിച്ചു	15 x 2 = 30	x = 2
(2)	3 കൊണ്ട് ഹരിച്ചു	30 ÷ 3 = 10	y = 3
(3)	8 കൊണ്ടു ഗുണിച്ചു	10 x 8 = 80	z = 8
(4)	4 കൊണ്ടു ഹരിച്ചു	80 ÷ 4 = 20	p = 4
(5)	20 നെ 15 കൊണ്ട് ഹരിച്ചു	20 ÷ 15 = 4/3	
(6)	15 കൂട്ടുന്നു	$\frac{4}{3} + 15 = \frac{49}{3}$	

ഈ $\frac{49}{3}$ ആണ് സ്നേഹിതൻ നിങ്ങളോടു പറയുന്ന സംഖ്യ. ഇനി അയാൾ വിചാരിച്ച സംഖ്യ നിങ്ങൾ അങ്ങോട്ടു പറഞ്ഞു കൊടുക്കണമല്ലോ. $\frac{xz}{yp}$ യിൽ x = 2, y = 3, z = 8, p = 4 എന്നറിയാം.

$$\frac{xz}{yp} = \frac{2\times 8}{3\times 4} = \frac{16}{12} = \frac{4}{3}$$

ഇനി $\frac{49}{3}$ കുറച്ച 15 ആണ് നിങ്ങളുടെ സ്നേഹിതൻ ആദ്യം വിചാരിച്ച സംഖ്യ.

52. ഗൗരവമുള്ള അബദ്ധം

തെറ്റുപറ്റിയേ പറ്റൂ. കാരണം 8 നേക്കാൾ വലുതാവാൻ പാടില്ലല്ലോ 8.
ഇനി എവിടെ തെറ്റു പറ്റി എന്നു നോക്കാം.
ആദ്യം $a > b$ എന്നു വിചാരിച്ചു.

അന്നേരം (b - a) ഒരു ഋണ (negative) സംഖ്യയാകും
(4) കിട്ടിയത് തൊട്ടുമുകളിലെ അസമീകരണം (b - a) കൊണ്ട് ഹരിച്ചതിന്നു ശേഷമാണല്ലോ. ഇതു തെറ്റാണ്. അസമീകരണത്തിന്റെ ഇരുവശവും ഋണസംഖ്യകൊണ്ട് ഹരിച്ചാൽ (ഗുണിച്ചാലും) അസമീകരണ ചിഹ്നവും തിരിഞ്ഞു വരണം എന്നാണ് ഗണിതതത്വം. ഉദാഹരണമായി,

$$3 > 2$$

ആണല്ലോ, (–1) കൊണ്ട് ഇതിനെ ഹരിച്ചാൽ

$$-3 < -2$$

എന്നാകും. അന്നേരം (4) അബദ്ധമാണ്. അതു സുബദ്ധമാകണമെങ്കിൽ

$$a < b + a$$

എന്നാകണം. അന്നേരം "ഒരു സംഖ്യ ആ സഖ്യയെക്കാൾ വലുതാണ്" എന്ന പ്രസ്താവന തെറ്റാകുന്നു.

53. ത്രികോണത്തിന്റെ അളവുകൾ

വശങ്ങൾ 30 മീറ്ററും 224 മീറ്ററും. കർണം 226 മീറ്റർ . വിസ്തീർണത്തിന്നു മാറ്റം സംഭവിക്കാതെ ഭുജങ്ങളുടെ നീളങ്ങൾ വ്യത്യസ്തങ്ങളായ ഒട്ടേറെ ത്രികോണങ്ങൾ കണ്ടെത്താവുന്നതാണ് എന്ന കാര്യം ഓർക്കുമല്ലൊ.

54. കോഴിക്കൂടുകൾ

ചോദ്യത്തിൽ അൽപം കുസൃതി ഉണ്ടെന്നു പറഞ്ഞത് ശ്രദ്ധിച്ചോ. വേറെ വേറെ 4 കൂടുവെച്ചാൽ, ഓരോന്നിലും കോഴികളുടെ എണ്ണം ഒറ്റസംഖ്യയും ആയാൽ, മൊത്തം എണ്ണം ഇരട്ടയാവില്ലെ? അപ്പോൾ അങ്ങനെ സാധിക്കില്ല. മാത്രമല്ല കൂടുകളുടെ വലുപ്പത്തെപ്പറ്റി ഒന്നും പറഞ്ഞിട്ടില്ലല്ലൊ. അപ്പോൾ ചെറിയ 3 കൂടുകളും ഈ മൂന്നിനെയും ഉൾക്കൊള്ളുന്ന വിധത്തിൽ നാലാമതൊരു കൂടും ആകരുതോ?
ചെറിയ ഓരോ കൂടിലും 7 വീതം കോഴിക്കുഞ്ഞുങ്ങൾ? എന്താ പോരെ?

55. ഗുണനം

ഉത്തരം പൂജ്യം. ഗുണനത്തിലെ ഒരു ഘടകം പൂജ്യമാകയാൽ മറ്റൊന്നും നോക്കാതെ ഉത്തരം പൂജ്യമാണെന്നു പറയാമല്ലൊ.

56. കളിപ്പാട്ടത്തിന്റെ ഭാരം.

ഒറ്റനോട്ടത്തിൽ നാലിൽ ഒന്നു ഭാരം എന്നു തോന്നുമായിരിക്കും. അതായത്

ഒരു കിലോഗ്രാം. ഇതല്ല ശരി.
പിന്നെയോ? നമുക്ക് സമാധാനമായി ചിന്തിക്കാം.

ഇഷ്ടികയുടെ നീളം, വീതി, ഉയരം ഇവ മൂന്നും നാലിൽ ഒന്നായി കുറഞ്ഞിരിക്കുന്നു. അതായത് വ്യാപ്തം 64 (= 4 x 4 x 4) തവണ ചെറുതായിരിക്കുന്നു എന്നർഥം. അതിനാൽ കളിപ്പാട്ടത്തിന് 4000/64 = 62.5 ഗ്രാം ഭാരമേ ഉണ്ടാവൂ.

57. ത്രാസും കട്ടകളും

ചതുരക്കട്ടയുടെ ഉയരം x എങ്കിൽ വ്യാപ്തം x^3 ആയിരിക്കും. അതിനാൽ ഇവിടെ ഓരോന്നിന്റെയും വ്യാപ്തം 6^3, 8^3, 10^3, 12^3 ആണല്ലോ. കൂടാതെ

$$6^3 + 8^3 + 10^3 = 12^3$$

അതിനാൽ ഉയരം 6, 8, 10 ആയ കട്ടകൾ ഒരു തട്ടിലും ഉയരം 12 ഉള്ള കട്ട മറ്റു തട്ടിലും വെയ്ക്കുക. ത്രാസ് സമതുലിതാവസ്ഥയിലാകും.

58. എത്ര വരികൾ

16 വരികൾ. ചിത്രം നോക്കി മനസ്സിലാക്കാമല്ലോ.

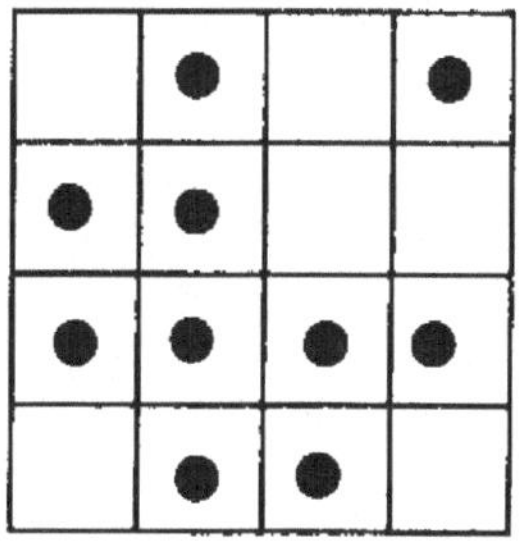

59. രേഖകൾ മായ്ക്കുക.

എടുത്തു മാറ്റേണ്ടുന്ന രേഖകൾക്കു മുകളിൽ R എന്നെഴുതിയിരിക്കുന്നു. അവ മാറ്റുമ്പോൾ ആവശ്യപ്പെട്ട ചിത്രം കിട്ടും.

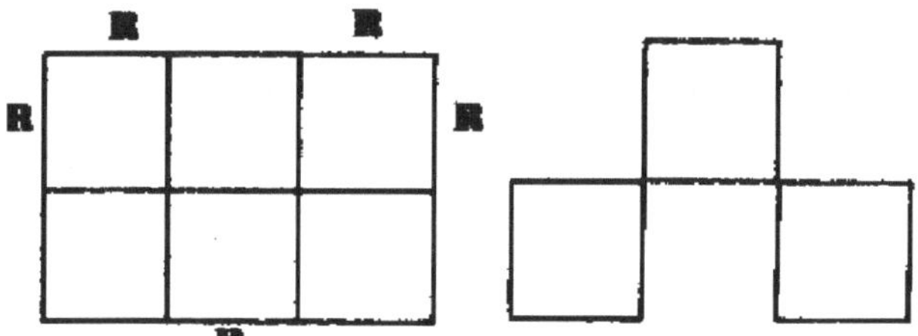

60. ഏതാണ് വലുത്?

രണ്ടും തുല്യം

61. സംഖ്യയും തുകയും.

ഇവിടെ തന്ന ഉദാഹരണം തന്നെയെടുക്കാം :-

	72603294	
	51273081	
ഇതിനോട്	48726918	കൂട്ടിയാൽ
	172603293	കിട്ടും

മൂന്നാമതായി തിരഞ്ഞെടുക്കുന്ന സംഖ്യയിലെ ഓരോ അക്കവും രണ്ടാമത്തെ സംഖ്യയിലെ സംഗത അക്കവും തമ്മിൽ കൂട്ടിയാൽ 9 കിട്ടത്തക്കവിധമാണ് മൂന്നാമത്തെ സംഖ്യ തിരഞ്ഞെടുത്തിരിക്കുന്നത്.

ഉദാ: 5 + 4 = 9, 8 + 1 = 9, ...

ഇനി സങ്കലനത്തിന്റെ പ്രത്യേകത പരിശോധിക്കാം. ആദ്യസംഖ്യയോട് 100,000,000 കൂട്ടി 1 കുറയ്ക്കുക. മറ്റൊരുദാഹരണം കൂടി:-

	697	ആദ്യ സംഖ്യ
	582	രണ്ടാം സംഖ്യ
അന്നേരം മൂന്നാം സംഖ്യ	417	
	1696	തുക

ഇവിടെ മൂന്നക്ക സംഖ്യയാകയാൽ ആദ്യസംഖ്യയോട് 1000 കൂട്ടി 1 കുറച്ചാൽ തുക കിട്ടും.

62. ഏതു കൈയിൽ?

10 പൈസ നാണയം 5 പൈസ നാണയം എന്നൊക്കെ പറഞ്ഞത് അൽപം ആലങ്കാരികമായിട്ടാണ്. ഇരട്ടസംഖ്യ ഒറ്റസംഖ്യ എന്നേ വിവക്ഷയുള്ളു. 50 പൈസ നാണയവും (ഇരട്ട) 25 പൈസ നാണയവും (ഒറ്റ) ആയാലും മതി.

പത്തുപൈസ നാണയം (ഇരട്ട)

	വലതുകൈ	ഇടതുകൈ
വലതുകൈ (x3)	ഒറ്റ X ഇരട്ട = ഇരട്ട	ഒറ്റ X ഒറ്റ = ഒറ്റ
ഇടതുകൈ (x2)	ഇരട്ട X ഒറ്റ = ഇരട്ട	ഇരട്ട X ഇരട്ട = ഇരട്ട
	തുക = ഇരട്ട	തുക = ഇരട്ട

63. ഇരുപത്

13+1+1+1+1+1+1+1	=	20
11+3+1+1+1+1+1+1	=	20
9+5+1+1+1+1+1+1	=	20
9+3+3+1+1+1+1+1	=	20
7+7+1+1+1+1+1+1	=	20
7+5+3+1+1+1+1+1	=	20
7+3+3+3+1+1+1+1	=	20
5+5+5+1+1+1+1+1	=	20
5+5+3+3+1+1+1+1	=	20
5+3+3+3+3+1+1+1	=	20
3+3+3+3+3+3+1+1	=	20

64. കാറിന്റെ വേഗത?

യുക്തിക്ക് ധാരാളം സാധ്യതയുള്ള ഒരു പ്രശ്നമാണിത്. പടിപടിയായി ഉത്തരത്തിലേയ്ക്ക് പ്രവേശിക്കാം.
കാർ രണ്ടു മണിക്കൂർ ഓടിയിരിക്കുന്നു. അതായത് 15951 ലെ ആദ്യ അവസാന അക്കങ്ങളായ 1 തന്നെയാണ് പുതിയ സംഖ്യയിലെ ആദ്യവസാന അക്കങ്ങൾ. രണ്ടാമത്തെയും നാലാമത്തെയും അക്കങ്ങൾ പുതിയ സംഖ്യയിൽ 6 ആകും. അതായത് രണ്ടു മണിക്കൂർ കഴിഞ്ഞ് ഓഡോ മീറ്ററിൽ പ്രത്യക്ഷപ്പെട്ടേയ്ക്കാവുന്ന സംഖ്യയിലെ മധ്യ അക്കം മാത്രമെ ഇനി കണ്ടുപിടിക്കേണ്ടതായുള്ളൂ. അത് 0, 1, 2, ... എന്നിവയിൽ ഏതെങ്കിലും ആണെങ്കിൽ കാർ 110, 210, 310, ... കിലോമീററർ ദൂരം രണ്ടു മണിക്കൂറിൽ യാത്ര ചെയ്തിരിക്കും. വളവും തിരിവും മറ്റും ഉള്ള വഴി എന്നൊരു സൂചന നൽകിയത് ഓർമയുണ്ടോ?
അതിനാൽ 110 ആയിരിക്കും ഈ ദൂരം. അന്നേരം 55 കി.മീ. ആയിരിക്കും കാർവേഗത.
ഓഡോമീറ്ററിലെ പുതിയ സംഖ്യ 16061

65. ഏത് ചിഹ്നം

കാര്യം നിസ്സാരമാണിവിടെ. ചിഹ്നം വെറും ദശാംശബിന്ദു. അന്നേരം സംഖ്യ 2.3 ആകും. ഇതിന്റെ മൂല്യമാകട്ടെ 2 ൽ കൂടുതലും 3 ൽ കുറവും.

66. ആ സംഖ്യ ഏത്?

ഒരേ അക്കമുള്ള രണ്ടക്കസംഖ്യകൾ
11, 22, 33, 44, 55, 66, 77, 88, 99

ഇവ ആണല്ലോ. ഇവയെ 99 കൊണ്ടു ഗുണിച്ചാൽ

99 x 11	=	1089
99 x 22	=	2178
99 x 33	=	3267
99 x 44	=	4356
99 x 55	=	5445
99 x 66	=	6534
99 x 77	=	7623
99 x 88	=	8712
99 x 99	=	9801

മൂന്നാമത്തെ അക്കം (പത്താം സ്ഥാനത്തേത്) 5 ആണ് എന്നു തന്നിരിക്കുന്നു. അതിനാൽ ആവശ്യപ്പെട്ട ഗുണനഫലം 4356 ആണെന്നുകാണാം.

മുകളിലെ പട്ടിക നോക്കാതെ തന്നെ ഈ ചോദ്യത്തിന്നുത്തരം കാണാവുന്നതാണ്.

1. ഒന്നും മൂന്നും സ്ഥാനങ്ങളിലെ സംഖ്യകളുടെ തുക 9. അപ്പോൾ മൂന്നാം സ്ഥാനത്തുള്ള അക്കം 5 ആണെങ്കിൽ ഒന്നാം സ്ഥാനത്ത് 4 ആയിരിക്കും.

2. രണ്ടാം സ്ഥാനത്തുള്ള സംഖ്യ ഒന്നാം സ്ഥാനത്തുള്ള സംഖ്യയിൽ നിന്ന് 1 കുറഞ്ഞതാണ്. അപ്പോൾ ഇവിടെ രണ്ടാം സ്ഥാനത്തുള്ള സംഖ്യ 3. കൂടാതെ രണ്ടാം സ്ഥാനത്തും നാലാം സ്ഥാനത്തും ഉള്ള സംഖ്യകളുടെ തുകയും 9 ആയിരിക്കും. അതിനാൽ ഇവിടെ നാലാം സ്ഥാനത്തുള്ള സംഖ്യ 6. അങ്ങനെ ആവശ്യപ്പെട്ട സംഖ്യ 4356 എന്നുകിട്ടും.

67. സൈക്കിൾകാരനും മുട്ടയും

2, 3, 4, 5, 6 ഇവയുടെ ല.സാ.ഗു 60 ആണല്ലോ.

$$60n + 1 = (7 \times 8n) + 4n + 1$$

$(60n + 1)$ നെ 7 കൊണ്ട് ഹരിക്കണമെങ്കിൽ $(4n + 1)$ നെ 7 കൊണ്ട് ഹരിക്കാൻ സാധിക്കണമല്ലോ. ഈ നിബന്ധന തൃപ്തിപ്പെടുത്തുന്ന n ന്റെ ഏറ്റവും കുറഞ്ഞ മൂല്യം 5 ആണ്. അതായത് കുട്ടയിൽ $60 \times 5 + 1 = 301$ മുട്ടകൾ ഉണ്ടായിരുന്നു.

68. ഒരു പ്രത്യേക സംഖ്യ

7, 8, 9 ഇവ കൊണ്ട് ഹരിക്കാവുന്ന മൂന്നക്കസംഖ്യ തന്നെയാണ് ഉത്തരം. അതായത് 7, 8, 9 എന്നീ സംഖ്യകളുടെ ല.സാ.ഗു ആയ 504 ആണ് ഈ സംഖ്യ.

ചോദ്യത്തിലെ ട്രിക്ക് എന്തെന്ന് പരിശോധിച്ച് ബോധ്യപ്പെടൂ.

69. കുട്ടികളും പട്ടികളും

രണ്ടു മൂന്നു സാധ്യതകൾ പരീക്ഷിച്ചു നോക്കി. ഉത്തരം പൂർണ സംഖ്യയായിരിക്കണമല്ലോ. ആകെ തല 21 ആയതിനാൽ മുറ്റത്ത് ആകെ 21 അംഗങ്ങളുണ്ട്. ഇരുക്കാലികളും നാൽക്കാലികളും അടക്കം. 11 കുട്ടികളും 10 പട്ടികളും ആണെങ്കിൽ 22 + 40 = 62 കാലുകൾ ആകും. അതുപോരാ. മകൻ വീണ്ടും ശ്രമം തുടർന്നു. 7 കുട്ടികളും 14 പട്ടികളും ആയാൽ 14 + 56 = 70 കാലുകൾ മുറ്റത്തുണ്ടാവും. അതു ശരിയുത്തരവുമാണ്.

ഇതുതന്നെ ബീജഗണിതം ഉപയോഗിച്ച് നിർധരിക്കാം:-

കുട്ടികളുടെ എണ്ണം = x
പട്ടികളുടെ എണ്ണം = y
എന്നിരിക്കട്ടെ
ആകെ തലകൾ = 21
$x + y$ = 21 .... (1)
ആകെ കാലുകൾ = 70
$2x + 4y$ = 70 .... (2)

(1), (2) ഇവയിൽ നിന്ന് $x = 7, y = 14$ എന്നു കിട്ടും. അതായത് 7 കുട്ടികളും 14 പട്ടികളും എന്നർഥം.

70. ക്ലോക്കിനെ ഭാഗിക്കൽ

ചിത്രത്തിൽ ഡയൽ ആറ് ഭാഗങ്ങളാക്കി വിഭജിച്ചിരിക്കുന്നത് നോക്കൂ. ഓരോ വിഭാഗത്തിലും തുക 13 ആണ്. അതുപോലെ 3 ഭാഗങ്ങളാക്കി വിഭജിക്കുവാൻ ശ്രമിക്കൂ. ഇവിടെ തുക 26 ആയിരിക്കും. ചോദ്യത്തിലെ നിബന്ധനകൾക്കു വിധേയമായി 4 ഭാഗങ്ങളായി വിഭജിക്കുക അസാധ്യമാണ്.

71. ശരിയുത്തരം എത്ര?

14 എണ്ണം ശരി. അന്നേരം 70 മാർക്കുണ്ടല്ലോ. 10 എണ്ണം തെറ്റിപ്പോയപ്പോൾ 70 മാർക്ക് കുറഞ്ഞു. അവസാനം പൂജ്യം മാർക്കായി.

72. വരന്റെ ശമ്പളം

2520 രൂപ

73. ചതുരങ്ങൾ

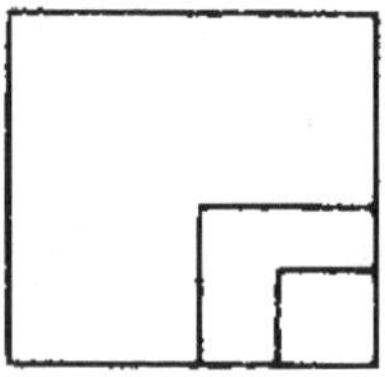

74. വലിയത് ഏത്?

$$\left(\sqrt[4]{4}\right)^{28} = \left(4^{1/4}\right)^{28} = 4^7 = 2^{14} = 2^7 \times 2^7 = 128^2$$

$$\left(\sqrt[7]{7}\right)^{28} = \left(7^{1/7}\right)^{28} = 7^4 = 7^2 \times 7^2 \times 7^2 = 49^2$$

അതായത് 128^2 ആണ് വലിയ സംഖ്യ. അതായത് $\sqrt[4]{4}$ ആണ് വലിയ സംഖ്യ.

75. ചോദ്യങ്ങൾ കണ്ടുപിടിക്കാമോ?

കൂട്ടുകാരൻ 'വിചാരിച്ച' സംഖ്യ 860 ആണെന്നിരിക്കട്ടെ (ഇക്കാര്യം ഇപ്പോൾ നിങ്ങൾ അറിയുകയില്ലല്ലോ. കൂട്ടുകാരനേ അറിയൂ എന്ന കാര്യം മറക്കരുത്). നിങ്ങൾ ചോദിക്കേണ്ട ചോദ്യങ്ങൾ ഇതാ:-

1. "വിചാരിച്ച സംഖ്യ 500 ൽ കൂടുതലാണോ?"
   - 'അതെ' (ഉത്തരം)

(അന്നേരം 250 കൂട്ടുക. 500 ന്റെ പകുതിയാണല്ലോ ഇത്)

2. "750ൽ കൂടുതലാണോ?"
   - 'അതെ' (ഉത്തരം)

(ഇപ്പോൾ 125 കൂട്ടുക)

3. "875 ൽ കൂടുതലാണോ വിചാരിച്ച സംഖ്യ?"
   - 'അല്ല' (ഉത്തരം)

(125 ന്റെ പകുതിയായ 62 1/2 ക്കു പകരം 62 കുറയ്ക്കുക. അതായത് തൊട്ടടുത്ത ഇരട്ടസംഖ്യ കുറയ്ക്കുക)

4. "813ൽ കൂടുതലാണോ?"
   - 'അതെ' (ഉത്തരം)

(31 കൂട്ടുക)

5. "844 ൽ കൂടുതലാണോ"
   - 'അതെ' (ഉത്തരം)

(16 കൂട്ടുക. 15 1/2 അല്ല)

6. "860 ൽ കൂടുതലാണോ?"
   - 'അല്ല'(ഉത്തരം)

(8 കുറച്ചു ചോദിക്കുക)

7. "825 ൽ കൂടുതലാണോ?"
   - 'അതെ' (ഉത്തരം)

(4 കൂട്ടുക)

8. "856 ൽ കൂടുതലാണോ?"
   - 'അതെ' (ഉത്തരം)

(2 കൂട്ടുക)

9. "858ൽ കൂടുതലാണോ?"
   - 'അതെ' (ഉത്തരം)

(1 കൂട്ടുക)

10. “859 ൽ കൂടുതലാണോ?”
   – ‘അതെ’ (ഉത്തരം)

അന്നേരം കൂട്ടുകാരൻ വിചാരിച്ച സംഖ്യ 860 ആയിരിക്കും എന്നു പറയാമല്ലോ.

76. പതിനഞ്ച് കിട്ടുവാൻ

ഇതിന് ഒന്നിലധികം നിർധാരണങ്ങൾ ഉണ്ട്. അവയിൽ ഒന്നിതാ:-

6	1	8
7	5	3
2	9	4

77. ത്രികോണം

9, 5 എന്നീ സംഖ്യകൾ AB യിലും 4, 8 ഇവ BC യിലും 7, 6 ഇവ CA യിലും എഴുതുക.

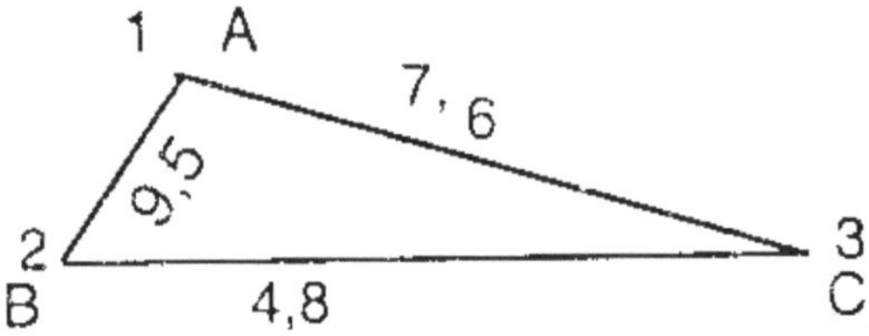

78. മൂല്യം എത്ര?

$8^m = 32$
അതായത്
$(2^3)^m = 2^5$
$\therefore 3m = 5$
$m = 5/3$

79. ഹരണഫലം

1 2 3 4 5 6 7 8 9

ഓർത്തിരിക്കുവാൻ പറ്റിയ സംഖ്യ തന്നെ

80. കള്ളികളിലെ സംഖ്യകൾ

20	1	12
3	11	19
10	21	2

81. നാലക്കസംഖ്യ

4638. കാരണം (2) x 4 = 8

3 = 6 - (3)

4 + 8 = 2 (6)

ഇതുപോലെയുള്ള മറ്റൊരു സംഖ്യയാണ് 2304

82. വിട്ട സംഖ്യ ഏത്?

909. മുകളിലെ കള്ളിയിലെ സംഖ്യയിലെ ഒന്നാം സ്ഥാനത്തുള്ള അക്കം നൂറാം സ്ഥാനത്തായാൽ തൊട്ടു താഴെയുള്ള കള്ളിയിലെ സംഖ്യയാകുമല്ലോ.

83. ഹരണവും ശിഷ്ടവും

2159

84. സരളപ്രശ്നം

1 ഉം 7 ഉം അതായത് 1 x 7 = 7

85. മൂന്നുകുറ്റികൾ

7 + 2 x 8 + 3 x 9 = 50

86. പൂജ്യങ്ങൾ

ഒമ്പതു അക്കങ്ങൾക്കു പകരം പൂജ്യം എഴുതി കൂട്ടുകയാണല്ലോ വേണ്ടത്. ഒരു വഴി ഇങ്ങനെയാകാം:-

```
  100 +
  000
  005
  007
  999
 ----
 1111
```

അപ്പോഴാണ് ഇത്തരം മറ്റു സാധ്യതകൾ കൂടി ഓർമ വന്നത്:-

```
  111 +      011 +      101 +
  030        330        303
  000        000        000
  070        770        707
  900        000        000
 ----       ----       ----
 1111       1111       1111
```

ഇനിയും കാണുമോ ഇത്തരം മറ്റു സാധ്യതകൾ എന്നതായി രാമൂന്റെ പിന്നത്തെ ചിന്ത.

87. മൂന്നക്കസംഖ്യ

ആവശ്യപ്പെട്ട സംഖ്യ 1.25 ആണ്. കാരണം 1.25 x 4 = 5

88. മാറിയ സംഖ്യകൾ

മൂന്നും നാലും കോളങ്ങളിലെ 12, 7 എന്നീ സംഖ്യകളാണ് പരസ്പരം മാറിക്കിടക്കുന്നത്. അവ കള്ളികൾ മാറ്റി വരി-കോളം-കോണോടുകോൺ കൂട്ടിനോക്കൂ. എല്ലാം 34 എന്നു കിട്ടും.

16	3	2	13
5	10	11	8
9	6	7	12
4	15	14	1

89. മൂന്ന് ഒന്നുകൾ

$1^{1.1}$ അതായത് $1^{11} = 1 \times 1 \times ....11$ തവണ $= 1$

+, - എന്നീ ചിഹ്നങ്ങളൊന്നും പുതിയതായി ചേർക്കരുത് എന്ന കാര്യം ഓർക്കുമല്ലോ.

90. ഒറ്റസംഖ്യകൾ

ഈ ഗുണധർമത്തോടുകൂടിയ തുടർച്ചയായ 4 ഒറ്റസംഖ്യകൾ 17, 19, 21, 23 ഇവയാണ്. ഇവയുടെ തുക 80 ആണല്ലോ. ബീജഗണിതം ഉപയോഗിച്ച് ഈ പ്രശ്നം നിർധരിക്കാം. x, (x + 2), (x + 4), (x + 6) ഇവയാണ് തുടർച്ചയായ 4 ഒറ്റ സംഖ്യകൾ എന്നിരിക്കട്ടെ. അന്നേരം

$$x + (x + 2) + (x + 4) + (x + 6) = 80$$

$$\therefore 4x + 12 = 80$$

$$x = 17$$

അന്നേരം ആവശ്യപ്പെട്ട സംഖ്യകൾ 17,19, 21, 23

എളുപ്പവഴി

തുക 80 ആണല്ലോ. 80 നെ 4 കൊണ്ട് ഹരിച്ചാൽ 20. ഈ 20 ന്റെ ഇരുവശത്തും (കുറഞ്ഞതും കൂടിയതുമായ) തൊട്ടടുത്തുള്ള രണ്ട് ഒറ്റസംഖ്യകൾ എടുക്കുക. അന്നേരം 17,19,21,23 എന്നു കിട്ടും.

91. ഇരട്ട പ്രസവം

പ്രശ്നം സങ്കീർണമെന്നു തോന്നിയാലും ഉത്തരം എളുപ്പത്തിൽ കിട്ടും.

വിധവയായ സ്ത്രീക്ക്	=	10,000 രൂപ
ആൺകുട്ടിക്ക്	=	20,000 രൂപ
പെൺകുട്ടിക്ക്	=	5,000 രൂപ

പെൺകുട്ടിക്ക് കിട്ടിയതിന്റെ ഇരട്ടിയും ആൺകുട്ടിക്കു കിട്ടിയതിന്റെ പകുതിയും ആ സ്ത്രീക്കു കിട്ടിയല്ലോ.

92. ബൈൻഡിങ്ങ് കൂലി

ഒറ്റയടിക്ക് ബൈൻഡിങ്ങ് ചാർജ് 50 പൈസ എന്നേ തോന്നു. അന്നേരം പുസ്തകവില 2 രൂപ. അതായത് ബൈൻഡിങ്ങ് ചാർജിനേക്കാൾ ഒന്നര രൂപയേ പുസ്തകത്തിന് ആകൂ.

ബൈൻഡിങ്ങ് കൂലി 25 പൈസയും പുസ്തക വില രണ്ടു രൂപ ഇരപുത്തഞ്ചു പൈസയും - ഇതാണ് ശരിയുത്തരം.

93. എത്ര കുട്ടികൾ

മൂന്നു കുട്ടികൾ

94. പന്നിപ്രശ്നം

ചിത്രം നോക്കൂ. മൂന്നേ മൂന്നു വേലികൾ. തടിയന്മാർക്ക് അൽപം സ്ഥലക്കൂടുതലും കൊടുത്തു.

95. അച്ചടിപ്പിശാച്

$2^5 \times 9^2$ ആണീ സംഖ്യ. അച്ചടിച്ചപ്പോൾ ഇത് 2592 ആയി. എന്നാൽ

$2^5 \times 9^2 = (2 \times 2 \times 2 \times 2 \times 2) \times (9 \times 9)$

$= 32 \times 81$

$= 2592$

96. ആ സംഖ്യ

ബീജഗണിതം വഴി ആവശ്യപ്പെട്ട സംഖ്യ x എന്നു കരുതിയാൽ

$$\frac{x}{6} \times \frac{x}{8} = x$$

$$\therefore x = 48$$

97. ബുദ്ധിമാൻ

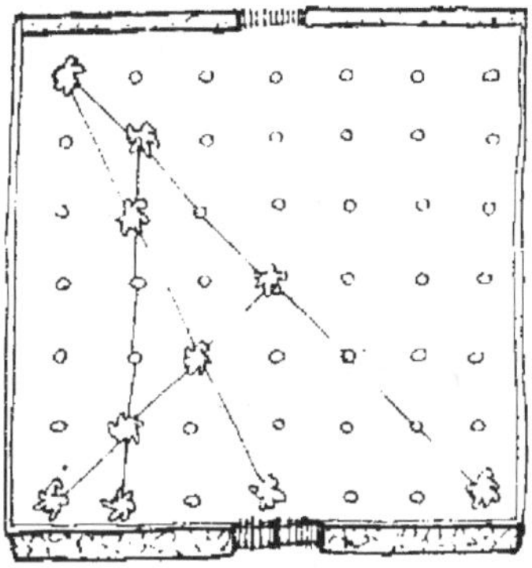

വെട്ടാത്ത വാഴകൾ ചിത്രത്തിൽ കാണാം. 5 വരി വാഴകൾ , ഓരോ വരിയിലും 4 വീതം വാഴകളും ഉണ്ട്. ആരാണ് കൂടുതൽ ബുദ്ധിമാൻ?

98. ഒരേ ഒരു തുക

C എന്ന കോളത്തിൽ നിന്ന് 9 എടുത്ത് A യിൽ ചേർക്കുക. അന്നേരം

A	B	C
1		
2	4	
3	5	7
9	6	8
15	15	15

99. ജോഡികൾ

13 x 93	=	31 x 39
14 x 82	=	41x 28
23 x 64	=	32 x 46
34 x 86	=	43 x 68

100. കാരണം പറയുക

എല്ലാ ഉദാഹരണത്തിലും 12345679 നെ 9 കൊണ്ട് ഗുണിക്കുന്നുണ്ടല്ലോ. എന്നാൽ

$$\begin{array}{r} 12345679 \\ 9 \\ \hline 111111111 \end{array}$$

ഇതിനെയാണ് നാം തിരഞ്ഞെടുക്കുന്ന 'ഒരക്ക' സംഖ്യകൊണ്ട് (ഇവിടെ 8 ഉം 7 ഉം) ഗുണിച്ചത്. അന്നേരം ഉത്തരമായി 8 കളും 7 കളും കിട്ടുമല്ലോ.

101. ഓട്ട മത്സരം

ഉത്തരം 12 സെക്കന്റ് എന്ന് പെട്ടെന്നു പറയുവാൻ തോന്നിപ്പോകും. പക്ഷേ അത് ശരിയല്ല.

ഒന്നാമത്തെ കൊടി (flag) മുതൽ എട്ടാമത്തെ കൊടി വരെ 7 ഖണ്ഡങ്ങൾ ആണുള്ളത്. ഈ ദൂരം ഓടുവാൻ 8 സെ. സമയം എടുത്തു. അതുപോലെ ആദ്യ കൊടി മുതൽ പന്ത്രണ്ടാമത്തെ കൊടിവരെ 11 ഖണ്ഡങ്ങൾ ആണുള്ളത്. ഓരോ ഖണ്ഡം ഓടുവാനും ജോണി 8/7 സെക്കന്റ് സമയമാണെടുത്തത്. അതിനാൽ 11 ഖണ്ഡങ്ങൾ ഓടുവാൻ $8/7 \times 11 = 88/7 = 12\,4/7$ സെക്കന്റ് സമയമാണെടുക്കുക.

ഗ്രീൻ ബുക്സ് ബാലസാഹിത്യ പുസ്തകങ്ങൾ

ഗ്രീൻ ക്വിസ് (പൊതുവിജ്ഞാനം)	സി.ജി. ശാന്തകുമാർ
മുത്തച്ഛൻ പറഞ്ഞ കഥ (ചരിത്രം)	സി.ജി. ശാന്തകുമാർ
എങ്ങു നിന്നോ ഒരു വെളിച്ചം (കഥ)	സി.ജി. ശാന്തകുമാർ
അപ്പുവിന്റെ സയൻസ് കോർണർ (ശാസ്ത്രം)	സി.ജി. ശാന്തകുമാർ
ഭൂമിയുടെ രക്ഷകർ (കുട്ടികളുടെ ശാസ്ത്രം)	സി.ജി. ശാന്തകുമാർ
വൈദ്യുതിയുടെ കഥ - പരീക്ഷണങ്ങളിലൂടെ (നോവൽ)	സി.ജി. ശാന്തകുമാർ
തിരിച്ചറിവെന്ന കുട്ടി (നോവൽ)	സി.ജി. ശാന്തകുമാർ
ശാസ്ത്രലോകത്തിലെ വനിതാപ്രതിഭകൾ (നോവൽ)	സി.ജി. ശാന്തകുമാർ
നീയൊരു സ്വാർത്ഥിയാവുക (വ്യക്തിത്വവികസനം)	സി.ജി. ശാന്തകുമാർ
വീട്ടുമുറ്റത്തെ ശാസ്ത്രം (ശാസ്ത്രം)	സി.ജി. ശാന്തകുമാർ
അപർണ്ണ (കഥ)	ബീനാ ജോർജ്ജ്
കളിവീണ (നോവൽ)	എം.എസ്. കുമാർ
കളവുപോയ ക്യാമറ (നോവൽ)	മുഹമ്മ രമണൻ
പോക്കണം കെട്ട പോക്കുകൾ (കഥ)	സുമംഗല
കുട്ടി പഠിപ്പിച്ച പാഠം (കഥ)	പയ്യന്നൂർ കുഞ്ഞിരാമൻ
പ്രകൃതിയമ്മയുടെ അത്ഭുതലോകത്തിൽ (നോവൽ)	പ്രൊഫ. എസ്.ശിവദാസ്
ഉണ്ണിക്കുട്ടന്റെ കാഴ്ചകൾ (നോവൽ)	കിളിരൂർ രാധാകൃഷ്ണൻ
വനം കാടിന്റെ നടുമദ്ധ്യം (നോവൽ)	ആര്യൻ കണ്ണന്നൂർ
കുസൃതി ക്വിസ് (പൊതുവിജ്ഞാനം)	ടി.കെ. കൊച്ചുനാരായണൻ
ഒരു പന്നിക്കഥ (കഥ)	എ. വിജയൻ
സ്പാർട്ടക്കസ് (ചരിത്ര കഥ)	വി.പി. വാസുദേവൻ
പത്തു പത്തുകൾ (ഗണിതം)	ടി.കെ. കൊച്ചുനാരായണൻ
ചില്ലകൾ പൂത്തു വീണ്ടും (നോവൽ)	വി.എൻ. വേണുഗോപാൽ
എ പ്രിൻസസ് ഓഫ് മാർസ് (നോവൽ)	എഡ്ഗാർറൈസ് ബറോസ്
വിശ്വപ്രസിദ്ധ വേട്ടക്കഥകൾ (കഥ)	കിളിരൂർ രാധാകൃഷ്ണൻ
ലളിതാംഗി (നോവൽ)	ഡോ. കെ. ശ്രീകുമാർ
മസായി (നോവൽ)	ഉണ്ണിക്കൃഷ്ണൻ പൂങ്കുന്നം
വർണ്ണക്കുടകൾ (നോവൽ)	റഷീദ് പരപ്പനങ്ങാടി

കിട്ടുണ്ണിയുടെ കഥ (നോവൽ)	അശോകൻ ഏങ്ങണ്ടിയൂർ
ഇലകൾ പൊഴിയുമ്പോൾ (നോവൽ)	എ.പി. ജ്യോതിർമയി
കമലമന്ത്രം (നോവൽ)	ഐ.ആർ. കൃഷ്ണൻ മേത്തല
കിളിയും മനുഷ്യനും (കവിത)	കെ.വി.ബേബി
ഒരു ദിവസം (നോവൽ)	പി.മുരളീമോഹനൻ
ഒട്ടകങ്ങൾ പറഞ്ഞ കഥ (നോവൽ)	ജി.എസ്.ഉണ്ണിക്കൃഷ്ണൻ
ഉയരങ്ങളിലേക്കൊരു നടപ്പാത (നോവൽ)	പാങ്ങിൽ ഭാസി
മുള്ളാത്തിക്കുട്ടി (നോവൽ)	ടി.സി.ജോൺ
ശ്രീരാമകൃഷ്ണൻ കഥകൾ	കാതിയാളം അബൂബക്കർ
ആൽബം (നോവൽ)	കെ.നാരായണൻ നമ്പൂതിരി
കാട് കരയുന്നു (നോവൽ)	രാജു കാട്ടുപുനം
സുവർക്കത്തിലേക്കുള്ള വഴി (നോവൽ)	പ്രൊഫ.കേശവൻ വെള്ളിക്കുളങ്ങര
വരയനും വെളുമ്പനും (നോവൽ)	എ.വിജയൻ.
ചിമ്പുവിന്റെ ലോകം (നോവൽ)	സി.ആർ.ദാസ്
ബാലപാഠം (നോവൽ)	വി. കൃഷ്ണവാദ്ധ്യാർ
101 കുസൃതിക്കണക്കുകൾ (ഗണിതം)	ടി.കെ.കൊച്ചുനാരായണൻ